ऋजुता दिवेकर

AF655716

प्रेगनन्सी नोट्स

गर्भारपणातील स्वास्थ्यासाठी

अनुवाद: प्रा. रेखा दिवेकर

प्रस्तावना: करीना कपूर खान

ekadā

ekadā

First published in English as *Pregnancy Notes: Before, During and After* in 2017 by Westland Publications Private Limited

First published in Marathi as *Pregnancy Notes: Garbharpanaateel Swaasthyasaathi* in 2018 by Ameya Inspiring Books

Published in 2025 by Ekadā, an imprint of Westland Books, a division of Nasadiya Technologies Private Limited

No. 269/2B, First Floor, 'Irai Arul', Vimalraj Street, Nethaji Nagar, Alapakkam Main Road, Maduravoyal, Chennai 600095

Westland, the Westland logo, Ekadā and the Ekadā logo are the trademarks of Nasadiya Technologies Private Limited, or its affiliates.

Copyright © Rujuta Diwekar, 2017, 2018, 2025

Rujuta Diwekar asserts the moral right to be identified as the author of this work.

ISBN: 9789371972345

10 9 8 7 6 5 4 3 2 1

The views and opinions expressed in this work are the author's own and the facts are as reported by her, and the publisher is in no way liable for the same.

All rights reserved

Typeset by Smita Typesetters

Printed at Replika Press Pvt. Ltd.

No part of this book may be reproduced, or stored in a retrieval system, or transmitted in any form or by any means, electronic, mechanical, photocopying, recording, or otherwise, without express written permission of the publisher.

अनुक्रमणिका

करिनाचे मनोगत

योगासने केल्यानंतर काढलेल्या माझ्या एका फोटोवर कोणीतरी 'मी लठ्ठ दिसतेय' अशी शेरेबाजी केली, तेव्हा माझ्या लक्षात आलं, की नुकत्याच बाळंतपणातून उठलेल्या स्त्रीकडे सुद्धा लोक सहृदयतेने पाहात नाहीत.

या घटनेमुळे प्रसूतिपश्चात् शरीरात होणाऱ्या बदलांकडे स्त्रीने कसे पाहावे, कसे जुळवून घ्यावे, याबद्दल माझ्या मनात विचार घोळू लागले. स्त्रीचे जीवन या काळात अंतर्बाह्य ढवळून निघते; कधीकधी तिचा आत्मविश्वास इतका कमी होतो की, आपली शरीरयष्टी पूर्ववत् होणे तिला स्वप्नवत् वाटू लागते.

आणि म्हणून मी ऋजुताकडे 'प्रेग्नन्सी' वर (गर्भारपणावर) पुस्तक लिहिण्याचा आग्रह धरला की ज्यामधून प्रेग्नन्सी आधी, प्रेग्नन्सीत (गर्भारपणात) व डिलिव्हरी (प्रसूति) झाल्यानंतर कसे फिट राहावे, याबद्दल स्त्रियांना मार्गदर्शन मिळेल.

ऋजुताने खूप छान पुस्तक लिहिले आहे. हे पुस्तक वाचण्याआधी माझे स्वत:चे गर्भारपणातले व प्रसूतिनंतरचे अनुभव मला तुम्हाला सांगायचेत. माझ्या पर्सनल नोट्स म्हणा ना!

१. बरेचदा आपण बारीक असलो तर 'फिट्' असण्याकडे फारसं लक्ष देत नाही; पण तसं करू नका. लठ्ठ ('फॅट') होण्याआधीच 'फिट्' राहाण्याकडे लक्ष द्या. २००७ सालापासून मी माझ्या खाण्यापिण्याकडे, व्यायामाकडे सजगतेने पाहात आले. तसेच जीवनशैलीत शिस्त आणण्याचा प्रयत्न केला. जेव्हा मी ऋजुताबरोबर ह्या मार्गावर चालू लागले, तेव्हा लग्नाचा विचारसुद्धा केला नव्हता आणि 'प्रेग्नन्सी' तर कल्पनेपलीकडची गोष्ट

होती. एका भूमिकेसाठी मला छान 'शेप'मध्ये यायचे होते. म्हणून माझा 'फिटनेस'चा प्रवास चालू झाला. पण तो तिथेच न थांबता माझ्या जीवनशैलीचा एक भागच बनून गेला.

हां, तर आता तुमच्यासाठी सांगते, जर एखादं उद्दिष्ट साधण्यासाठी उदा. लग्न, नोकरी इ. तुम्ही आहार-नियोजन करत असाल, तर स्वत:लाच एक प्रश्न विचारा – हा बदल तुम्ही आयुष्यभरासाठी स्वीकारू शकता का? आणि जर ते शक्य नसेल आणि २ दिवस किंवा काही महिनेच तुम्ही ते आचरणात आणू शकत असाल तर चक्क विसरून जा, माझ्या प्रेगन्सीत मी काम करू शकले, 'फॅशन शो'त भाग घेतला आणि जगभर प्रवासही करू शकले याचं एकमेव कारण म्हणजे माझी तब्येत चांगली होती. थोडं फार वजन उचलण्याची क्षमता माझ्याकडे होती आणि केवळ प्रेग्नंन्ट असल्यामुळे एवढ्या-तेवढ्या कामाने मला थकवा येत नव्हता. प्रसूतीनंतर परत 'शेप'मध्ये येणं सहज शक्य झालं. ते माझ्या गेल्या दहा वर्षांमधल्या योग्य खाण्यापिण्याच्या सवयींमुळे. आज मी जशी दिसतेय ते गेल्या दहा वर्षांचं फलित आहे. दोन आठवड्यांसाठी किंवा प्रसूतिनंतर घाईघाईने काही दिवस योग्य आहार घेऊन ते होणे शक्य नसते.

२. प्रेग्नन्सी हा आजार नसून शरीरात निसर्गक्रमाने घडणारी प्रक्रिया आहे, ही गोष्ट तुम्ही लक्षात घ्या आणि महत्त्वाचं म्हणजे तुमच्या आजूबाजूच्यांना, अगदी डॉक्टरांना सुद्धा विसरू देऊ नका. शरीरातील पाण्याचं प्रमाण योग्य राखणं, जेवणा-खाण्याच्या वेळा, कॅल्शियम घेणं याबाबतीत सजग राहाणे बरोबर आहे. मात्र आपला दिनक्रम सोडून देण्याची आणि लक्ष प्रेग्नन्सीवर आणि वाढणाऱ्या पोटावर ठेवायची गरज आहे का? अजिबात नाही आणि यासाठी आपण आधीपासूनच 'फिट' असणं आवश्यक आहे. उपदेशाच्या डोसांचे अजीर्ण कधी होत असेल, तर ते प्रेग्नन्सीच्या काळात. अमुक खा, तमुक खाऊ नका, हे पिऊ नका, ही भूमिका करू नकोस इत्यादी. स्त्री या काळात भावनिकदृष्ट्या खूप हळवी झालेली असते. त्यामुळे ऐऱ्या-गैऱ्याने दिलेला उपदेशही ती विचारात घेते आणि कळस म्हणजे कधीकधी तो आचरणातही आणते. माझी एक मैत्रीण दुधीचा रस घ्यायची, दुसरीने व्यायाम करायचा सोडला. आपल्याला आजूबाजूच्या अनेक स्त्रिया माहिती असतात ज्या प्रेग्नन्सीच्या काळात आपलं करिअर सोडून देतात.

प्रेग्नन्सीत काहीच आधीचे बंद करू नका. पण नवेही चालू करू नका. सगळं आहे तसं व्यवस्थित चालू ठेवा. पौष्टिक आहार घेणं चालू ठेवा. कोणी तुम्हाला त्या पदार्थांमध्ये अतिरिक्त 'कार्बज्' किंवा 'फॅटस्' आहेत असे सांगू लागेल, तर त्याच्याकडे पूर्ण दुर्लक्ष करा. तुमच्या मर्जीनुसार कपडे घाला, कुठच्याही मर्यादा स्वत:वर घालण्याची गरज नाही. तुम्ही स्वत: जिती-जागती व्यक्ती आहात. इतकेच नव्हे, तर तुमच्यामध्ये आणखी एक जीव वाढतोय, तर दुप्पट उत्साहाने राहा. घाबरायची गरज नाही, तुम्ही अगदी ठणठणीत आहात.

३. प्रेग्नन्सीत शरीराला एक विशिष्ट आकार प्राप्त होतो, अर्थात गोलाकार. त्याप्रमाणे प्रसूतीनंतरही शरीर विशिष्ट आकारात येते. घाईघाईने शरीर पूर्ववत् आणण्याचा प्रयत्न करू नका. शरीरावरील अतिरिक्त चरबीचा काही महत्त्वाच्या कार्यांसाठी उपयोग होतो; उदा. बाळाला स्तनपान करणे, बाळाचे व आईचे जंतुसंसर्गापासून व आजारांपासून संरक्षण करणे इ. तुम्ही प्रेग्नन्सीच्या आधीपासून स्वत:ला 'फिट्' ठेवले असेल, प्रेग्नन्सीत योग्य आहार-विहार घेतला असेल, तर शरीराचे आकारमान जसं हळूहळू वाढतं तसं हळूहळू कमी होतं, पूर्वपदावर सुद्धा येतं. महत्त्वाचं आहे ते वजन कमी करण्याची घाई न करता स्वत:कडे सहृदयतेने पाहाणं. या काळात उपाशी राहाणे किंवा कमी खाणे म्हणजे तद्दन मूर्खपणा आहे.

माझ्या अवती-भोवती माझी मनापासून काळजी घेणाऱ्या स्त्रिया आहेत, हे मी माझं भाग्य समजते. प्रसूतीनंतर ऋजुताचा आणि माझा जो संवाद झाला तो माझ्या चांगलाच लक्षात आहे. मी तिला 'टशन'च्या काळातील आहार द्यायला सांगत होते. तिने स्पष्ट नकार दिला. शरीराचं पोषण या काळात व्यवस्थित आहार घेऊन काळजीपूर्वक करायला हवे, नाहीतर पुढे हार्मोन्स संबंधित आजारांचा धोका असतो हे तिनं मला पटवलं – लोलोने पण तिला दुजोरा दिला. तिने तिच्या दुसऱ्या बाळंतपणानंतर २५ किलो वजन कमी केले आणि ते सुद्धा भात-मासे खाऊन, हे सर्वश्रुत आहे. माझ्या दृष्टीने लोलो सर्वाधिक 'फिट्' असलेली आई आहे. सैफच्या मते तर स्त्रिया जात्याच सुंदर असतात. त्यामुळे त्यांनी वजना-बिजनाचा फार बाऊ करू नये. पुरुषांनी खरोखर संवेदनशील असायला हवे आणि सैफचा तर प्रश्नच नाही, तो आहेच तसा.

४. बाळंतपणात स्वत:ला विसरू नका. शरीराला पूर्वस्थितीत येण्यासाठी पुरेसा वेळ द्या. प्रेग्नन्सी कठीण असते, डिलिव्हरी त्याहून कठीण आणि आईपण निभावून नेणे तर आयुष्यातील सर्वांत कठीण काम, जे तुमचे नुकतेच चालू झालेले असते. आफ्रिकेत एक सुप्रसिद्ध म्हण आहे — एक मूल वाढविण्यासाठी अख्खे गाव लागते. त्यामुळे तुमच्या कुटुंबीयांची मूल सांभाळण्याच्या कामात मदत घ्या – नवरा, मावशी, चुलत-मावस भावंडे इ. – त्यांच्यावर बाळाला सोपवून थोडा आराम करा. बाळासाठी आईने सुदृढ असणे, नोकरीधंद्यात असणे, स्वत्व सांभाळणे महत्त्वाचे असते. कारण मूल अशा आनंदी, निरोगी आईसोबत वाढले, तर ते स्वत:चे व आजूबाजूच्यांचे जीवन अर्थपूर्ण करू शकते. आता विज्ञानाने पण आकडेवारीने दाखवून दिले आहे की, निरोगी, व्यवसाय करणाऱ्या आयांची मुले जास्त संवेदनशील असतात आणि मुली स्मार्ट असतात. स्वत:च्या आयुष्यावर, जगण्यावर पाणी सोडण्याने आपण श्रेष्ठ माता ठरत नाही. तसेच सडपातळ राहिलात म्हणूनही तुम्ही श्रेष्ठ ठरत नाही. म्हणून स्वत:कडे ममतेने, सहृदयतेने पाहायला शिका.

मातृत्वासाठी जेव्हा तुम्ही स्वत:च्या शरीरातील बदल सहज स्वीकारता आणि मुलाच्या वाढीच्या टप्प्यांची मजा लुटता, तेव्हाच तुमची प्रेग्नन्सी आणि मातृत्व आनंददायी होते. माता व मूल हे असे घट्ट विणलेले नाते आहे जे कधी तुटू शकत नाही, सुटू शकत नाही.

आजच्या मातांना व उद्याच्या मुलामुलींना प्रेमपूर्वक अर्पण.

– करीना कपूर

१

प्रेग्नन्सीसाठी पूर्वतयारी

द बिग DEAL

अगदी १५-२० वर्षांपूर्वीपर्यंत नवविवाहित स्त्रिया 'प्रसूतितज्ज्ञां'कडे जात असत, ते पाळणा कसा लांबवावा हे विचारायला. आता असं झालेय की, स्त्रियांना प्रसूतितज्ज्ञाकडे प्रेग्नन्ट कसं व्हावं हे विचारायला जावं लागत आहे. त्यांना भीती वाटते की, न जाणो कदाचित वेळ निघून जाईल! कधी नव्हे इतकी स्त्रिया स्वत:वर प्रत्येक गोष्टीसाठी कालमर्यादा घालतात. आत्ता मूल नाही झालं तर मग होणारच नाही असे त्यांना वाटत असते.

वस्तुस्थिती अशी आहे की, आपली आयुर्मर्यादा वाढलेली आहे आणि आपले वजनही वाढत आहे. खास करून शहरी स्त्रियांच्या बाबतीत असे होत आहे. त्यांना शिक्षणाची सुविधा मिळतेय, पण खेळण्यासाठी मैदाने उपलब्ध नाहीत. त्यांना नोकऱ्या मिळतात, पण स्वत:साठी वेळ नाही. DEAL - Diet , Exercise (आहार), Activity (चलनवलन), Lifestyle (जीवनशैली – मद्यपान, धूम्रपान, ताणतणाव, निद्रा) यातील बदलांमुळे स्त्रिया लठ्ठ होत आहेत. त्यांच्या आया त्या वयात नक्कीच अशा लठ्ठ नव्हत्या. आजकाल स्त्रियांना 'डायबिसिटी'ला तोंड देण्याची वेळ येत आहे. डायबिसिटी म्हणजे डायबिटीस (मधुमेह) आणि ओबेसिटी (लठ्ठपणा). इन्स्युलिन रेझीस्टन्सच्या मार्गे आपण डायबिसिटीला पोहोचत आहोत. आपण अगदी स्थूल नसू कदाचित, पण आपल्याला शरीरात जडत्व जाणवते. आपल्याला डायबिटीस नसेल, पण अनियमित पाळी किंवा पाळीच्या वेळेस वेदना होत असतील, चेहऱ्यावर व्रण असतील किंवा उगीच गोड खाण्याची

इच्छा होत असेल, ही सगळी लक्षणे आपली ब्लड शुगर नियंत्रणात नसल्याचे दर्शवितात. म्हणजेच आपली इन्स्युलीन सेन्सिटीव्हिटी वाढविण्याची आपल्याला गरज आहे.

इन्स्युलीन सेन्सिटीव्हिटीमध्ये वाढ होण्यासाठी आपल्याला आहार, व्यायाम, हालचाल आणि जीवनशैलीमध्ये कायमस्वरूपी सुधारणा करायला हव्यात. शॉर्टकटस् चालणार नाहीत. आयुष्यभर आचरता येईल असे नियोजन हवे. परतीचा रस्ता नाही हे लक्षात ठेवा. एकदा मूल शरीराबाहेर आले की परत नाही ना आत जाऊ शकत? तसेच! गंमत नाही करत; खरंच सांगते. उपनिषदांमध्ये म्हटल्याप्रमाणे आपला आहार आपली जननक्षमता आणि गर्भाचे संरक्षण करण्याची क्षमता ठरवितो आणि आपण मात्र यासाठी असलेले आहाराचे महत्त्व दुर्लक्षित करतो आणि खरं तर म्हणूनच हे प्रकरण लिहिण्याचे मी ठरविले.

> गर्भधारणा झाल्यावर आणि प्रसूतीनंतर वजन कमी करण्यासाठी काय आहार घ्यावा, याकडे आपण अवास्तव लक्ष देतो. मात्र प्रेग्नन्ट होण्यापूर्वी काय आहार घ्यायला हवा, याकडे दुर्लक्ष करतो आणि खरी मेख इथेच आहे.

गर्भार होण्यास हातभार लागेल व गर्भारपण विनासायास पार पडेल या दृष्टीने आहार, व्यायाम, हालचाल व जीवनशैलीविषयी जाणून घेऊ या.

१) आहार

योग्य आहार घेतला नाही तर हार्मोन्सचे संतुलन बिघडते. हार्मोन्स् तुमची लैंगिक इच्छा, जननक्षमता ठरवतात आणि त्यावर पुढे तुमचे गर्भारपण सहज पार पडेल की नाही ते ठरते. प्रसूतीनंतर वजन पूर्ववत् होण्यासही हार्मोन्स जबाबदार असतात. सांगायचा मुद्दा हा की, तुमचा आजचा योग्य आहार भविष्यातील सुरळीत गर्भारपण आणि प्रसूतीनंतर पूर्ववत् शरीरयष्टीचा पाया आहे. पण तुम्ही आत्ताच सुरुवात करा. 'आत्ता' म्हणजे कधीही पण गर्भारपणापूर्वी किमान एक वर्ष.

पहिली पायरी म्हणजे वजन कमी करण्याचे खूळ डोक्यातून काढून टाकणे. हो, हो मला ठाऊक आहे की तुम्ही गायनॅकॉलॉजिस्टकडे गेलात की ते सर्वप्रथम

तुम्हाला वजन उतरवायला सांगतील की जेणेकरून गर्भधारणा होण्याची शक्यता वाढेल. सॉरी, पण असं नाही होत. गर्भधारणा होण्यास आवश्यक असते, ती उत्तम इन्स्युलिन सेन्सिटीव्हिटी आणि अर्थात् समाधानी लैंगिक जीवन. इन्स्युलिन सेन्सिटीव्हिटी वाढविण्यासाठी आणि इन्स्युलिन रेझिस्टन्स कमी करण्यासाठी तुम्हाला 'लीन बॉडी वेट' (हाडांचे व स्नायूंचे वजन) वाढविण्याचा मार्ग पत्करायला हवा. यात तुमचा आहारही महत्त्वाची भूमिका बजावतो.

इन्स्युलिन सेन्सिटीव्हिटी वाढविण्यासाठी व गर्भधारणा सहज होण्यासाठी आहारासंबंधी पाच महत्त्वाच्या टीप्स देत आहे.

१) **पॅकबंद पदार्थांचा कमीत कमी वापर :** एखाद्या पॅकेटवर जर त्यातील पोषक घटकांचा तक्ता दिला असेल तर ते नक्कीच वर्ज्य करा. मग ते दूध, बिस्किटस्, सिरीअलस् काहीही असो. लो-फॅट असलेले दही, चीज, आईस्क्रीम असले पदार्थ अजिबात नकोत. शुगर-फ्री च्या नावाखाली विकले जाणारे कप केक्स्, कोला किंवा ग्रेन फ्री (धान्य नसलेले) क्रोशंट्सचे (म्हणजे काय देवालाच माहिती) तर नाव सुद्धा घेऊ नका. अलिखित नियम असा आहे की, जर एखादा खाद्यपदार्थ, त्यातील अमुक एक पोषणमूल्य किंवा घटक आहे/नाही या निकषावर विकला जात असेल, तर तो बाद ठरवायचा. उदा. ग्लुटेन फ्री, लो-फॅट, हाय-प्रोटीन वगैरे. अशा कारणांसाठी तुम्ही जर अन्नपदार्थ विकत घेत असाल तर याचा अर्थ म्हणजे तुम्ही वेट-लॉसला नायक किंवा खलनायक करून अब्जावधी डॉलर्सचा नफा मिळविणाऱ्या मार्केटिंगच्या षड्यंत्राचे बळी पडत आहात आणि हे तुमच्या तब्येतीला आणि खिशालाही मारक आहे. असो. तुमच्या कानावर हे आलंय का? ग्लुटेन-फ्रीमुळे टाईप-२ डायबिटीस होण्याची शक्यता वाढते. एवढंच नाही तर थायरॉईड, स्थूलत्व आणि शरीराच्या फोफसेपणालाही ग्लुटेन फ्री जबाबदार धरले जात आहे. तुम्ही स्वत: जातीने आहाराबद्दलच्या मुख्य गोष्टींची माहिती करून घ्या.

२) **ऋतूंप्रमाणे खा :** ऋतूंनुसार आहारात कुठची धान्ये, फळे, भाज्या ठेवाव्यात याबद्दल मी नुकतेच फेसबुक पेजवर व वेबसाईटवर लिहिले आहे, जे तुम्ही विनामूल्य डाऊनलोड करू शकता. हल्ली बाजारात सगळे पदार्थ सदासर्वकाळ उपलब्ध असतात, त्यामुळे सामान्य माणूस ऋतूंनुसार खाणेपिणे विसरून गेला आहे. इथे एक लक्षात घ्यायला हवे की, सगळ्या भाज्या-फळे आपल्याला केव्हाही मिळतात; कारण त्या अजस्र शीतगृहांमध्ये साठविलेल्या असतात. म्हणून

मॉलमध्ये या गोष्टी खरेदी न करता स्थानिक भाजी मार्केटमध्ये जा आणि जे ताजे उपलब्ध असेल ते विकत घ्या. यामुळे चविष्ट खायला मिळेल आणि विविध प्रकारच्या भाज्या-फळे आहारात येतील. वैविध्यपूर्ण खाणं हे प्रोबायोटिक बॅक्टेरिया, इन्टेस्टायनल म्युकोसा आणि इन्स्युलिन सेन्सिटीव्हिटीसाठी उपकारक ठरते.

३) **रोज एका तरी जेवणात चटणी/लोणचे असू द्या :** शाळांमध्ये किंवा न्युट्रिशन कॉलेजेसमध्ये सुद्धा चटणी/लोणचे हा व्हिटॅमिन B12 चा स्रोत असल्याचे शिकवले जात नाही; पण हीच फॅटने समृद्ध असलेली तोंडीलावणी B12 शरीरात सात्म्य करण्यास मदत करतात, इतकेच नव्हे, तर B12 ची निर्मिती करतात. शेंगदाणा, खोबरे, तीळ चटणी घ्या किंवा आंबा, लिंबू, मिरची, मशरूम यांचे लोणचे घ्या; यातले काय खायचे ते तुमच्या आवडी-निवडीनुसार, वास्तव्याच्या प्रदेशानुसार ठरवा. एखादा चमचा लोणचं ब्रेकफास्ट किंवा सकाळच्या जेवणाबरोबर घ्या. दोन-तीन चमचे चटणी सकाळच्या अथवा रात्रीच्या जेवणात ठेवा. या लोणच्यात/चटणीत इन्स्युलिन सेन्सिटीव्हिटी वाढविण्यास हातभार लावेल असं फॅट, मसाले व हर्बज् चे मिश्रण असते. जेवण चविष्ट लागतेच आणि जेवणाचा ग्लायसेमिक इन्डेक्स कमी होतो. इन्स्युलिन योग्य रीतीने काम करते. हेच तर कारण नसेल गर्भारपणात लोणची खाण्याचे डोहाळे लागण्याचे! हिंदी-मराठी सिनेमामध्ये तरी आपण हेच पाहातो.

४) **घरी दही विरजायला शिका :** आणखी उत्तम म्हणजे तुमच्यासाठी हे करू शकणारा नवरा शोधा. दही हा असा एक कमाल पदार्थ आहे, की ज्याला तुम्ही 'नाही' म्हणूच शकत नाही.

दह्यामध्ये आतड्याला उपयुक्त असे विविध प्रकारचे बॅक्टेरिया, इसेन्शिअल अमायनो ॲसिडस् आणि बी व्हिटॅमिन्स् असतात. बाजारात मिळणाऱ्या प्रोबायोटिक योगर्टला घरी विरजलेल्या दह्याच्या काडीइतकी सुद्धा सर येणार नाही. चेहऱ्यावरील डाग, व्रण त्याचप्रमाणे पाळीपूर्वी होणारे त्रास यांना दही प्रतिबंध करते. गर्भारपणाच्या पहिल्या तीन महिन्यांत होणाऱ्या ॲसिडिटीसारख्या डोहाळ्यांच्या त्रासांना आळा बसतो. एखादी वाटी दही नक्की खात जा. जेवणाबरोबर खाल्लेले जास्त चांगले.

५) **खाताना कुठे थांबायचे ते कळायला हवे.**

'मेन्टल मील मॅप' पाहिला आहे का तुम्ही?

माझ्या वेबसाईट वर, फेसबुक पेजवर आहे. वाय-फायची सुविधा नसलेल्या कॅफेत बसला आहात असे समजा. सध्या जगभरातील हाय-फाय कॅफेमध्ये

वायफाय नसते. त्यांना वाटतेय की तिथे येणाऱ्यांनी शांतपणे स्वत:बरोबरच वेळ घालवावा किंवा दुसऱ्यांबरोबर बोलताना अन्य व्यवधान ठेवू नये. तसेच खाताना फक्त खाण्यावर लक्ष केंद्रित करावे. अशाने आपोआप नेहमीपेक्षा कमी, जवळजवळ अर्धे खाल्ले जाते. पैसे निम्मे खर्च होतील, मजा मात्र दुप्पट येईल. हाच हेतू 'मेन्टल मील मॅप'चा आहे. आपण किती खाणार याचे चित्र डोळ्यांसमोर आणायचे आणि त्याच्या निम्मे घेऊन खायला सुरुवात करायची. खाण्यासाठी वेळ नेहमीच्या दुप्पट द्यायचा. यामुळे अन्नाचे छोटे घास पोटात जातात. मायक्रोन्युट्रिअंटस् सात्म्य होणे सहज शक्य होते. इन्स्युलिनची कार्यक्षमता वाढते.

भूक शिल्लक असेल तर परत वरीलप्रमाणे पुनरावृत्ती करायची. महत्त्वाचे म्हणजे कुठचेही इलेक्ट्रॉनिक गॅजेट - मोबाईल, टी.व्ही. इत्यादी खाताना वापरायचे नाही. करिनाने हे गुपित राखलं होतं. (जेव्हा ती म्हणायची – मी सगळं खाते) आणि अर्थात् आमच्या फेसबुक चॅटच्या वेळेस तिने हा गौप्यस्फोट केला.

यामुळे भुकेतील चढ-उतारांवरही आपले लक्ष राहाते. ऋतू, आपला मूड, हार्मोन्स् यांचा भुकेवर होणारा परिणाम कळू लागतो.

आणि हो, मला आता तुम्हाला सांगावे लागणार नाही, असं मला वाटतेय. पण तरीही दिवसभरात तीन ते पाच चमचे तूप खायला विसरायचे नाही.

'आहारासंबंधी गप्पाटप्पा'

'चिल्ड्रेन ऑफ मेन' नावाचा एक इंग्रजी सिनेमा २००६ मध्ये आला. त्या सिनेमात २०२७ साल उजाडलेले दाखविले आहे. स्त्रिया वांझ झाल्या आहेत आणि १८ वर्षांमध्ये कोणाला मूल झालेले नाहीए आणि मग आफ्रिकेतील एक महिला गरोदर राहाते आणि आता कसंही करून तिचे संरक्षण करायचे. कारण मानवजात शिल्लक राहाण्यासाठी ते अत्यावश्यक आहे. हा सिनेमा विज्ञानातील कल्पनांवर (Science Fiction) आधारित आहे आणि लढाया, निर्वासितांच्या समस्या इ. पार्श्वभूमी आहे. डिसेंबरमध्ये एका रात्री थंडीत कुडकुडत हा सिनेमा मी पाहिला आणि मनात आलं की वैज्ञानिक कल्पना सत्यात तर नाही ना उतरणार? आज गल्लीबोळांमध्ये उभी राहिलेली 'इन्फर्टिलिटी क्लिनिक्स', पाच मुलींमध्ये एखादीला असलेली पीसीओडीची समस्या (कदाचित ही संख्या जास्त

असू शकते), वर्तमानपत्रात पानभर येणाऱ्या ब्लड टेस्टस् च्या जाहिराती हे सर्व पाहिले की मन विषण्ण होते.

विज्ञान कथा असोत किंवा उपनिषदे असोत, एकच संदेश देत आहेत. लढाया, मोकळ्या मैदानांची वानवा, (डेव्हालपमेंट प्रोजेक्टस) पुनर्विकास प्रकल्पांच्या, नावाखाली नष्ट होणारी वनसंपदा आणि तीवरांची (mangroves) कत्तल यामुळे आपले अर्थकारण धोक्यात आलेच आहे. पण कदाचित मानवाच्या अस्तित्वालाही तो मोठा धोका ठरू शकेल. जमिनीची उपलब्धता बदलल्यामुळे आपले खाणे-पिणे बदलले. पोषणमूल्यांनी समृद्ध असे परवडण्याजोगे खाद्यपदार्थ मिळणे कठीण होत आहे. आणि निकृष्ट प्रतीचे पॅकबंद पदार्थ मात्र परवडण्यायोग्य किमतीत सहज उपलब्ध होत आहेत. आता कधी आहाराचा विषय निघाला तर याबद्दल चर्चा करा. कार्बज्, प्रोटीन्स्, फॅट या संज्ञा नको. वेट लॉस, फार्मा आणि फुड इन्डस्ट्री यापासून सावध राहा. या इन्डस्ट्री तुम्हाला एका 'डाएट'वरून दुसरीकडे, दुसरीकडून तिसरीकडे असे नेत राहातील. याचा परिणाम तुमचे थोडेसे वजन उतरेल. पण लवकरच ते परत अंगावर चढेल आणि एकापाठोपाठ एक अशा वेगवेगळ्या गोळ्या पाळी नियमित करण्यासाठी घ्याव्या लागतील.

या आहाराच्या पाच मूलभूत गोष्टी आचरणात आणल्यात की व्यायाम करण्याचा उत्साह तुमच्या अंगात संचारेल. चला तर, आता व्यायामावर बोलू काही.

२. व्यायाम आणि चलनवलन/हालचाली

बरेचदा शरीराचे चलनवलन आणि व्यायाम यामध्ये गल्लत केली जाते. पण या दोन भिन्न गोष्टी आहेत. यातील एक गोष्ट केली तर दुसरी होण्याची शक्यता वाढते. ट्रक ड्रायव्हर्सच्या शुक्राणूंची (Sperms) हालचाल (Mobility) कमी असल्यामुळे त्यांना मूल होणे कठीण जाते हे तुम्ही ऐकले असेल. ह्याचे कारण म्हणजे त्यांना सलग बसून राहावे लागते आणि त्यांच्या पुनरुत्पादन संस्थेच्या जागी भरपूर उष्णता असते. आपणही कदाचित थोडे-फार त्यांच्यासारखे व्हायला लागलो आहोत की काय असे वाटते. आपणही बराच काळ 'कूल गॅजेटस्' समोर बसून राहातो. युरिनरी ट्रॅक इन्फेक्शनचा त्रास होतो, योनिमार्गाला कंड सुटते. म्हणून आपण हालचाल वाढवणे आवश्यक आहे. एका जागी न बसता वरचेवर

उठा. आजूबाजूला घरात/ऑफिसमध्ये जिथे असाल तिथे, एखादी फेरी मारा. थोडक्यात, दुसरे काही करण्यासारखे नसेल तेव्हाच बसा. धूम्रपानाइतकेच बसून राहाणे आणि कमी हालचाल करणे शरीराला घातक आहे, असे आता सिद्ध झाले आहे. त्याची आकडेवारीही उपलब्ध आहे. याचा अर्थ जर तुम्ही योग्य आहार घेत आहात आणि व्यायामही नीट करत आहात, पण बराच काळ बसून राहात असाल, तर तुम्हाला चयापचयाशी निगडित हृदयरोग होण्याचा धोका संभवतो. बसून राहाणे म्हणजे आजच्या काळातील धूम्रपानच जणू! रोजचे १५ मिनिटांचे चलनवलन हृदयरोगाचा धोका कमी करते. १५ मिनिटे म्हणजे काही फार नव्हेत, पण व्यायामाचे विज्ञान सांगतेय की, काही लोक तितकी सुद्धा हालचाल करत नाहीत.

चलनवलन म्हणजे व्यायामाचे धाकटे भावंड. तुम्ही चलनवलन करत असाल, तर व्यायाम करण्याची शक्यता अधिक आणि उलटेसुद्धा. म्हणून एका जागी बसून न राहाता शरीराची हालचाल चालू ठेवणे शरीरस्वास्थ्यासाठी आवश्यक आहे. बाळही हा स्वास्थ्याचा वारसा उचलेल. म्हणून व्यायामाचे व हालचालीचे महत्त्व ध्यानात ठेवा.

व्यायाम

व्यायाम म्हणजे चलनवलन पद्धतशीरपणे जास्त प्रमाणात करणे. उदाहरणच द्यायचे तर एखाद्या दुकानात कांदे-बटाटे, कपडे, योगा मॅट इ. आणायला चालत जाणे हे चलनवलन झाले. व्यायामात नुसते चालायचे नाही, तर मधे मधे ५ वेळा धावायचे. आलं लक्षात? स्थूलत्व, PCOD, थायरॉईडमुळे गर्भधारणा होण्यास आडकाठी होते. कारण या गोष्टींमुळे तुमची ब्लड शुगर नियंत्रणात राहात नाही आणि त्यासाठी औषध म्हणजे व्यायाम आहे. व्यायामामुळे उत्साही राहाणे, लैंगिक इच्छा वाढणे, एग/स्पर्मची गुणवत्ता वाढणे यासारखे आणखीही फायदे मिळतात.

फॉर्मकॉलॉजी (औषधविज्ञान शास्त्र) मध्ये 'टारगेट-डोस-रिस्पॉन्स' नावाची एक संकल्पना आहे; आणि तेच इथेही घडत आहे. टार्गेट म्हणजे 'स्नायू', डोस म्हणजे 'व्यायाम' आणि रिस्पॉन्स म्हणजे 'ब्लड शुगर नियंत्रणात राहाणे'. दहा दिवस व्यायामाला सुटी द्या आणि OGTT (Oral Glucose tolerane test) करा, इन्स्युलीनचे प्रमाण दुप्पट झाल्याचे दिसून येईल. OGTT ही टेस्ट प्रेग्नन्ट

स्त्रियांसाठी असते. जेस्टेशनल डायबिटीस (जेस्टेशनल डायबिटीस - प्रेग्नन्सीत होणारा डायबिटीस) ची शक्यता आजमावण्यासाठी याचा उपयोग होतो. एकदा व्यायाम केला की लगेच इन्स्युलिन सेन्सिटीव्हिटी जागेवर येते आणि पुढचे ७२ तास तशीच राहाते.

सोप्या भाषेत सांगायचे म्हणजे जर तुम्ही स्नायूंच्या वाढीकडे लक्ष दिले नाहीत तर कदाचित तुमची गर्भधारणा, गर्भारपण आणि प्रसूतीनंतर पूर्ववत शरीरयष्टी होणे या सगळ्यांचा घोळ होऊ शकतो.

> स्नायूंची वाढ म्हणजे इन्स्युलिन रेझिस्टन्स कमी होणे, याचा अर्थ गर्भाशयात गर्भ चांगल्या प्रकारे स्थित होणे, प्रेग्नन्सीत जेस्टेशनल डायबिटीसचा धोका कमी होणे आणि प्रसूतीनंतर (डिलिव्हरीनंतर) शरीर त्वरेने पूर्वपदावर येणे.

स्नायू कमवायचे असतील तर काही चाकोरीबाहेरच्या गोष्टी करायला हव्यात. आपण एका वेळेस एकच सुरू करू या.

सध्या इतकेच लक्षात ठेवा — 'वजन कमी करणे विसरा, स्नायू कमवायचे तंत्र आत्मसात करा.'

व्यायाम करण्यास नाउमेद का केले जाते?

बहुतेक डाएट आणि वेटलॉस प्रोग्रॅम्समध्ये व्यायामाची आवश्यकता नसल्याचे सांगितले जाते. वेट ट्रेनिंग तर अजिबात करायला सांगत नाहीत. कारण वेट ट्रेनिंगमुळे शरीराचे वजन कमी होण्यास अडथळा येतो. कारण वेट ट्रेनिंगमुळे स्नायू व हाडे यांचे वजन वाढून बळकटी येते. शरीराचे आकारमान वाढत नाही. आहारामध्ये कमालीची घट केली जाते किंवा काही टोकाचे विचित्र आहार दिले जातात. यामुळे शरीरातील स्नायूंची व हाडांची झीज होते आणि झटक्यात वजन कमी होते. व्यायामावर बंदी किंवा जलद चालणे यामुळे स्नायूंची झीज फारच झपाट्याने होते. परिणामी थोडक्या वेळात भराभर वजन उतरते आणि हळूहळू फॅट आणि इन्स्युलिन रेझिस्टन्स् मध्ये वाढ होऊ लागते. मात्र फक्त वजनाच्या काट्यावर लक्ष ठेवल्यामुळे 'इन्स्युलिन रेझिस्टन्स' वाढलेला पटकन लक्षात येत नाही.

स्नायू कमावण्याची का आवश्यकता असते?

जेव्हा स्नायूंच्या वजनात वाढ होते, तेव्हा वजन पेलणाऱ्या सांध्यांवर (उदा. पाठ, गुडघे, घोटे इ.) भार येत नाही. पाय जड होत नाहीत. तुमचं वजन कमी न होता वाढेल सुद्धा पण शरीराची मापं कमी होतील, कपड्यांचे 'फिटिंग' बदलेल आणि लोक तुमचे वजन कमी झाल्याबद्दल कौतुकोद्गार काढतील. तुम्हाला झोप चांगली येऊ लागेल, लैंगिक इच्छेत वाढ होईल आणि तुमचं ओव्ह्युलेशन (बीजांडकोषातून स्त्रीबीज बाहेर येणे) झालेय हे सांगणाऱ्या बाह्य उपकरणाची गरज संपेल. तुमच्या कामाची प्रत आणि त्यामुळे तुमचा 'मूड' ही सुधारेल. तुम्ही गर्भाचे वजन पेलण्यास सक्षम व्हाल. सभ्य स्त्री-पुरुष हो, मातृत्वाची हीच तर पहिली पायरी आहे.

स्नायू कसे कमवावे?

तुम्हाला कल्पना असेलच मी काय सांगेन – स्ट्रेन्थ ट्रेनिंग. यालाच वेट ट्रेनिंग अथवा रेझिस्टन्स ट्रेनिंग असे म्हटले जाते. यामुळे स्नायू मजबूत होऊन त्वचा घट्ट होते. तसेच हाडे, सांधे, लीगामेन्टस् सशक्त राहातात. रेझिस्टन्स ट्रेनिंग नसेल तर अकाली हाडे ठिसूळ होतात. प्रेग्नन्ट स्त्रियांना कॅल्शियमच्या गोळ्या दिल्या जातात. कारण शरीरात पुरेसे कॅल्शियम नसेल तर गर्भ आईच्या हाडांमधून कॅल्शियम खेचून वापरते.

पुढील दोन गोष्टी लक्षात असू द्या.

१. वजन पेलणाऱ्या सांध्यांना जर आपण व्यायाम देत नसू तर शरीराला अन्नामधून किंवा गोळ्यांमधूनही कॅल्शियम घेण्यास स्वारस्य नसते.
२. हाडे मजबूत नसली तर प्रेग्नन्सी थकवते. अधूनमधून शरीरात वेदना, सूज अशी लक्षणे दिसतात.

म्हणून वेट ट्रेनिंग करा. स्नायू व हाडे मजबूत होतील आणि प्रेग्नन्सीचे नऊही महिने तुम्ही उत्साहात राहाल. शरीराची ताकद टिकून राहील.

आणखी एक महत्त्वाचे म्हणजे इन्स्युलिन रेझिस्टन्स, हो परत सांगते. स्नायू मजबूत असले की शरीराच्या पेशी रक्तातून साखर आणि पोषणमूल्ये खेचून घेतात आणि ब्लड शुगर कमी होते. प्रेग्नन्सीमध्ये शरीर इन्स्युलिन सेन्सिटीव्हीटी थोडीशी कमी करते. जेणेकरून गर्भाला पोषणमूल्यांचा पुरवठा व्हावा. ही दुधारी तलवारच आहे आणि स्नायू अशक्त असतील तर शरीराला हा समतोल साधणे कठीण जाते. याच कारणांनी काही प्रेग्नन्ट स्त्रियांना अचानकपणे जेस्टेशनल

डायबिटीस उद्भवतो. तुमच्या मार्गात वयाचा नाही तर फिटनेसच्या अभावाचा अडसर येतो आणि मैत्रिणींनो, तुम्ही यावर नक्की मात करू शकाल.

व्यायामाबद्दल सविस्तर माहिती ११४ ते ११८ या पानांवर दिली आहे.

पुरुषांमधील वंध्यत्व

आहार-विहारात फेरबदल घडवून आणण्यासाठी जेव्हा आम्ही जोडप्यांबरोबर सल्लामसलत करतो, तेव्हा हमखास त्यांना मूल होते. याचे कारण म्हणजे पती-पत्नी दोघेही योग्य आहार घेऊ लागतात, समजून-उमजून व्यायाम करू लागतात, तणावमुक्त राहून शिस्तबद्ध जीवनशैलीचा अंगीकार करतात. मी फक्त पत्नीला सल्लामसलत करत असेन तर तिच्या नवऱ्यानेही माझ्याकडे यावे असे मला मनोमन वाटते. याचे कारण नवरा-बायको दोघेही माझ्याकडे आले, तर जीवनशैलीतील बदल सहज होतो. दोन आनंदी, निरोगी जीवांचे मीलन झाले, तर नैसर्गिकरीत्या मूल होते. यामुळे चाळिशीच्या वरच्या जोडप्यांना कधी कधी संकोचल्यासारखे होते. त्यांच्यापैकी काहींनी आपल्याला मूल होणे अशक्य आहे हे स्वीकारलेले असते, तर काहींना पहिले मूल बऱ्याच वर्षांच्या वैद्यकीय प्रयत्नांनी, IVF करून झालेले असते. नैसर्गिकरीत्या मूल होणे हे त्यांचा आत्मविश्वास दुणावणारे, तर आमचा आनंद द्विगुणित करणारे (अपेक्षेप्रमाणे) असते.

फक्त योग्य आहारामुळे नाही, तर त्यांच्या वाढीव इन्स्युलिन सेन्सिटीव्हीटीमुळे त्यांना नवतारुण्य प्राप्त होते. चाळिशीच्या व्यक्तींचे जैविक वय तिशीच्या आसपास होते. PCOD, थायरॉईड आणि ओबेसिटीमुळे स्त्रियांची जननक्षमता कमी होते हे सर्वश्रुत आहे. मात्र त्याच वेळेला पुरुषांचे ताणतणाव, निरुत्साह, स्थूलत्व या गोष्टीसुद्धा मूल न होण्याचे मोठे कारण आहे, हे विसरले जाते. जेव्हा पुरुषही तणावमुक्त, निवांत असतो, तेव्हा लैंगिक जीवनही समाधानकारक असते आणि मूल होणेही सहजच होते.

३. जीवनशैली

तुम्ही कशा पद्धतीने जीवन जगत आहात, ती जीवनशैली. तुम्ही ॲव्होकॅडोसारखे

पदार्थ खात आहात, फर्स्टक्लासनी प्रवास करताहात, ब्रॅन्डेड पर्सेस मिरवत आहात इ. गोष्टींचा जीवनशैलीशी काडीमात्र संबंध नाही. तुमचा दिनक्रम नियमित, शिस्तबद्ध असण्याशी मात्र आहे. तुम्ही सूर्योदयानंतर कमाल दोन तासांच्या आत उठता का? मध्यरात्रीपूर्वी दोन तास आधी तरी झोपता का? पार्टीला जाता ते ठीक आहे. पण रोज नाही ना? पार्टीची थोडीच आमंत्रणे स्वीकारा आणि वसूल करायचे म्हणून बुफेतील सर्व पदार्थ पानात वाढून घेऊ नका. तुमची बौद्धिक आणि मानसिक वाढ कितपत झालेय हे खरे महत्त्वाचे आहे. आहार, फिटनेस आणि आरोग्याच्या बाबतीत तुम्ही सूज्ञपणे नियोजन करता का? पाच दिवस चालणाऱ्या विवाहसमारंभांना फुकट मद्य आणि खाणे मिळते म्हणून हजेरी लावता का? आजपर्यंत कसे जीवन जगलात ते तपासून पाहाण्याची खरं तर गरज आहे; त्यातही पुढील गोष्टींकडे विशेष लक्ष पुरवा.

मद्यपान आणि धूम्रपान

यामुळे हार्मोन्सचे संतुलन बिघडते. शरीरात खनिजे शोषून घेण्यात अडथळा निर्माण होतो आणि त्यामुळे इन्स्युलिन रेझिस्टन्स वाढण्याचा धोका निर्माण होतो. म्हणून मूल व्हावे अशी इच्छा असल्यास मद्यपान, धूम्रपान करू नका.

चहा-कॉफी

उठल्याबरोबर, जेवणानंतर, विचारांना चालना द्यायला जर चहा-कॉफी लागत असेल, तर गर्भाचे वजन तुम्ही कसे पेलणार? तुमचेच तुम्हाला झेपत नाहीए. सर्वप्रथम महत्त्वाच्या गोष्टी ठाक-ठीक करा — आहार, व्यायाम आणि वेळेवर झोप. आपोआप चहा-कॉफीवर विसंबून राहाणे कमी होईल. दिवसभरात कमी चहा ढोसा — जास्तीत जास्त २-३ कप्स्. तेवढ्या चहाने तुमचे नुकसान होणार नाही.

ताण-तणाव व झोप

एकमेकांशी निगडित आणि एकमेकांवर अवलंबून अशा या दोन गोष्टी आहेत आणि यावरच आपले निरोगी असणे अवलंबून आहे. गर्भधारणा होण्यासाठी आणि गर्भ टिकण्यासाठी यांचे नियोजन होणे फार महत्त्वाचे आहे. नातेसंबंध, नोकरी किंवा इतर कुठचेही कारण असो, ताण असणे वाईटच. आव्हान असणे गरजेचे, मात्र रोजच नवी लढाई खेळावी लागणार असेल तर आपण अनुसरलेला मार्ग बरोबर आहे का ते तपासावे लागेल.

तणावग्रस्त शरीर आणि मेंदू निद्राधीन होऊ शकत नाही. अपुरी झोप हार्मोनल इम्बॅलन्ससाठी कारणीभूत होते. निरामय आरोग्य, समाधानी लैंगिक जीवन, अव्यंग मुले असण्याची शक्यता कमी होते. दिवसभरात एवढे श्रम व्हावेत की सहज झोप यावी आणि अशी निवांत झोप घ्यावी की उठल्यावर मस्त ताजेतवाने वाटावे.

दुपारची वामकुक्षी, ही २० मिनिटांची 'ब्युटी स्लीप' तणावमुक्त होण्यास मदत करते आणि रात्रीही शांत झोप येण्यासाठी कारणीभूत ठरते. पण चांगल्या गोष्टीचाही अतिरेक वाईट असतो, ही वामकुक्षी २० मिनिटांहून जास्त घेतली तर परिणामकारक होत नाही.

पान क्र. ११९ ते १२४ यांमध्ये 'झोपेसंबंधी' आणखी सविस्तर वाचा.

प्रदूषण

वैयक्तिक पातळीवर 'धूम्रपानासारखे' प्रदूषण रोखणे शक्य आहे, पण इतर प्रदूषकांवर आळा घालण्यासाठी सरकारने ठोस पावले उचलायला हवीत. अलीकडेच दिल्लीत झालेल्या प्रदूषणवाढीमुळे लोकांच्या लैंगिक इच्छेत ३०% घट झालेली आढळून आली. म्हणजे ज्या गोष्टींमुळे आपल्याला व्याधी जडतात, त्याच गोष्टी गर्भधारणेची शक्यता कमी करतात. इन्स्युलिन रेझिस्टन्सप्रमाणेच हवेतील प्रदूषणामुळेसुद्धा शरीर रक्तातील पोषणमूल्यांचा उपयोग करून घेऊ शकत नाही, कारण विषद्रव्ये पोषणमूल्यांच्या शोषणात अडथळा आणतात. एक खूप आश्चर्यकारक निरीक्षण नोंदवले गेले की, ज्या बीजींगमध्ये राहाणाऱ्या स्त्रिया तेथील ऑलिम्पिक स्पर्धांच्या वेळेस तीन महिने (किंवा त्याहून कमी) प्रेग्नन्ट होत्या, त्यांच्या मुलांचे जन्मजात वजन तेथे सर्वसाधारणपणे असणाऱ्या वजनापेक्षा जास्त होते. बीजींगमध्ये या स्पर्धा जेव्हा भरवण्यात आल्या, तेव्हा तेथील सरकारने प्रदूषण कमी करण्याचा आटोकाट प्रयत्न केला होता. गंमत म्हणजे ज्या स्त्रिया सहा ते नऊ महिने प्रेगनंन्ट होत्या. त्यांच्या मुलांचे जन्मजात वजन जास्त नव्हते. यावरून असे अनुमान काढता येते की, गर्भधारणेसाठी व गर्भपाताचा धोका टळण्यासाठी (जो पहिल्या तीन

महिन्यांत जास्त असतो.) प्रदूषणमुक्त वातावरण लाभदायी ठरते. म्हणून वारंवार गर्भपात होत असेल किंवा सुखदायी वैवाहिक जीवन असूनही गर्भधारणा होत नसेल, तर तुम्ही प्रदूषणयुक्त वातावरणात तर राहात नाही ना, हे पाहाणे आवश्यक ठरते. तसं असेल तर तात्पुरते तरी घर बदला, प्रेग्नन्ट व्हा आणि तीन महिन्यांनी परत जुन्या घरी या. मूल होण्यासाठी जे अथक प्रयत्न केले जातात, त्यापुढे हे काहीच नाही!

२

प्रेग्नन्सीमधील आहारनियम

प्रेग्नन्सी ही एक अत्यंत नैसर्गिक घटना आहे आणि ऐकायला विचित्र वाटले तरी वास्तव असे आहे की, पौगंडावस्थेपासून त्याची तयारी शरीर खूप आधीपासून, खरं तर आठव्या वर्षापासून करत असते. पुनरुत्पादन संस्था, गर्भाशय (Uterus), बीजांडकोष (Ovaries), योनिमार्ग (Vagina) — यांची वाढ होत असते आणि योग्य मानसिक पूर्वतयारीच्या साहाय्याने ही संस्था परिपक्व होते. परंपरेने शास्त्र-पुराणांचे ज्ञान वयाच्या आठव्या वर्षापासून दिले जात असे. त्यामुळे शरीराबरोबर मानसिक वाढही होत असे.

तैत्रेय उपनिषद, सुरुवातीला शिकवले जात असे. यामध्ये 'अन्न' किंवा आहारासंबंधी सर्व सूचना दिल्या आहेत. अन्नसेवन कुठच्या वेळेला करावे? त्याचे उगमस्थान काय? शरीराला त्याचे योगदान काय? अशा प्रकारची प्रश्नोत्तरे पिता-पुत्राच्या संवादातून दिली गेली आहेत. आहाराच्या माध्यमातून अन्नमय कोष म्हणजे शरीर कसे तयार होते, शरीरातील प्राणिक ऊर्जा कशी वाढते, मनाला स्थैर्य कसे प्राप्त होते, बुद्धीला धार कशी चढते आणि आपले दैनंदिन जीवन कसे सुखासमाधानाने व्यतीत करता येते, याबद्दलही यात चर्चा केली आहे. अन्नासंबंधी सर्वांगानी माहिती नसेल तर आपले शिक्षण अपूर्ण आहे, असे शास्त्र सांगते. यामुळे वंशवृद्धी कठीण होते, यश दुरापास्त होते आणि आयुष्य हे एक ओझे होते.

> तारुण्यात पदार्पण करताना शरीराची आणि मनाची योग्य जडणघडण होण्यासाठी आहाराची निवड सूज्ञपणे करायला हवी. आहाराकडे बघण्याचा दृष्टिकोन निकोप हवा.

आजकाल आपण जे शाळांमध्ये आहाराविषयी शिकतो – कार्बज्, प्रोटीन्स्, फॅटस् इ. आणि त्यामुळे थोडं मोठं झाल्यावर शरीराविषयी संभ्रमावस्थेत जातो. त्यापेक्षा हे उपनिषदातील शिक्षण खूपच वेगळे होते. पौगंडावस्थेत आपल्या मासिक पाळीसंबंधी, वक्षस्थळांसंबंधी विचित्र कल्पना असतात. विशीमध्ये आपल्या करिअर आणि आयुष्याबद्दल मनात गोंधळ उडतो आणि जेव्हा प्रेग्नन्ट होतो, तेव्हा आपल्याला काय होतेय, होणारेय, काय खाऊ, काय नको खाऊ इ. अनेक प्रश्नांचे मोहोळ निर्माण होते. आणि मग एक यक्षप्रश्न — शरीराचा आकार आता कायम असाच राहाणार का?

मुळीच नाही. पूर्वी घालत असलेले कपडे पुन्हा व्यवस्थित 'फिट' व्हायला लागतील. फक्त थोडा वेळ द्यायला हवा. उपनिषदांना प्रमाण मानले की योग्य खाणे ही अत्यंत सोपी गोष्ट आहे. सरळ सोप्या पद्धतीने त्या विषद करून सांगितल्या आहेत. मूलभूत योगशास्त्र आणि आधुनिक न्यूट्रिशन सायन्स यांच्या एकत्रीकरणाने काही सहज समजण्याजोगे, आचरण्याजोगे नियम तयार केले आहेत. तुमच्या प्रेग्नन्सीदरम्यान मनात येणाऱ्या प्रश्नांची उत्तरे तुम्हाला त्यात मिळतील. तुमची प्रसूती सहज होईल आणि त्यानंतर पूर्ववत शरीरयष्टी होण्यासाठीही मदत मिळेल. प्रेग्नन्सीमध्ये उद्‌भवणाऱ्या सर्वसाधारण समस्यांवर (उच्च रक्तदाब, इन्स्युलिन सेन्सिटीव्हिटीत घट किंवा ब्लड शुगर वाढणे, मळमळ, उलट्या, पायांना सूज, आळस भरणे इ.) उपचारही यात मिळतील. याच नियमांचा आधार घेऊन प्रत्येक तिमाहीत काय खावे-प्यावे त्याबद्दल नियोजन करता येईल.

प्रेग्नन्सीमधील आहारनियम पाळले तर पुढील परिणाम दिसून येतील.

१) पूर्ण प्रेग्नन्सीत ६ ते १५ किलो वजन वाढेल.

२) गर्भाला पोषकद्रव्यांचा व्यवस्थित पुरवठा होईल.

३) प्रेग्नन्सीत व डिलीव्हरीनंतर हार्मोन्स् संतुलित राहतील.

४) वाढलेले वजन प्रसूती होताच बरेचसे उतरेल आणि पुढील ४-६ महिन्यांत नैसर्गिकरित्या पूर्णपणे उतरेल.

५) मूल वाढविण्यासाठी शारीरिक, मानसिकदृष्ट्या सज्ज व्हाल.

या नियमांबद्दल जाणून घेण्यापूर्वी एका अत्यंत महत्त्वाच्या पण दुर्लक्षित राहिलेल्या घटकाकडे वळते. आपले आरोग्य, विशेषेकरून प्रेग्नन्सीदरम्यान चांगले ठेवण्यात याचा मोलाचा वाटा आहे — द गट बॅक्टेरिया – आतड्यातील जीवाणु.

प्री - आणि प्रो-बायोटिक

परंपरेनुसार प्रेग्नन्ट स्त्रीच्या आहारात पुढील पदार्थ असायलाच हवेत = वरण, भात, तूप, कच्चे केळे, भाकरी आणि चटणी, दुधी, लाल भोपळा, कारले इ. ची भाजी.

हे सगळे पदार्थ आधुनिक न्युट्रिशन सायन्सने प्री-बायोटिकच्या यादीत टाकले आहेत. प्री-बायोटिक पदार्थांवर पोटातील गट प्रो-बायोटिक बॅक्टेरियाची गुजराण होत असते. प्रो-बायोटिक बॅक्टेरिया आपले आरोग्यरक्षण करणारे जणू सैनिक असतात. प्रेग्नन्सी आणि त्या अनुषंगाने होणारी हार्मोन्स्ची उलथापालथ पोटातील गट बॅक्टेरियांमध्ये बरेच बदल घडवते. त्यामुळे 'डिसबायॉसिस'चा धोका संभवतो. डिसबायॉसिस म्हणजे एखाद्या प्रकारच्या गट बॅक्टेरियाची होणारी अतोनात वाढ, ज्यामुळे बॅक्टेरियांचे वैविध्य कमी होते. यामुळे प्रेग्नन्सीदरम्यान व्हजायनल् इन्फेक्शन, मळमळ, उलट्या असे त्रास होऊ लागतात. इन्स्युलिन सेन्सिटीव्हिटी कमी होते. जर तुम्ही प्रोजेस्टेरोनची गोळी, अँटासीड घेत असाल किंवा मनावर ताण असेल तर ते त्रास होण्याची शक्यता वाढते. फॅट-बर्निंगची प्रक्रिया पण मंदावते आणि वजन प्रमाणाबाहेर वाढते.

नशीबाने प्रेग्नन्सीसाठी आणि गट बॅक्टेरिया सुरक्षित ठेवण्यासाठी आवश्यक अन्नपदार्थ नेहमी स्वयंपाकघरात असणारे साधे-सुधे आहेत. या काळात जणू अन्नपूर्णा देवी तुमच्यावर प्रसन्न होऊन स्मितहास्य करत आहे. अन्नपूर्णेला तुमच्याबरोबरच पोटातील मायक्रोऑर्गनिझम्स् ना पण खाऊ-पिऊ घालायचे आहे. जेव्हा ह्यांची वाढ व्यवस्थित होईल, तेव्हा घातक जीवाणुंना ते वाढू देणार नाहीत. उपयुक्त बॅक्टेरिया नुसतेच तग धरून राहाणार नाहीत, तर वाढतील.

तुमच्यामधील आणि मायक्रोबायोटा (शरीरातील विविध प्रकारचे मायक्रोऑर्गनिझम्स्) मधील ह्या परस्परावलंबित्वामुळे पुढील फायदे मिळतात — भुकेचे नियमन, बद्धकोष्ठतेला आणि व्हजायनल् इनफेक्शनला आळा, प्रतिकारशक्तीत वाढ, व्हिटॅमिन B12 ची निर्मिती आणि शरीराच्या अनेक महत्त्वपूर्ण प्रक्रियांमध्ये सहभाग.

आपण आपल्या वास्तव्याच्या ठिकाणानुसार, ऋतुनुसार आणि जनुकीयदृष्ट्या विचार केला की, पदार्थांची निवड सोपी होते. आपल्याकडील अठरापगड जातींसाठी आहारविषयक लिहिणे हे माझ्यासाठी मोठेच आव्हान होते. साधं डाळ-भाताचे उदाहरण घ्या, हजारो प्रकार असतील. तीच गोष्ट दही-भाताची, एका ठिकाणी

फोडणीत तीळ असतील, तर दुसऱ्या ठिकाणी दही-भात, अलु-चोखा बरोबर खातील. आपण लक्षात ठेवायचे की, आपल्या मायक्रोबायोटासाठी हे सगळे प्रकार योग्य आहेत. यामध्ये रेझिस्टन्स स्टार्चेस (RS) आणि शॉर्ट चेन फॅटी ॲसिडस् चे अचूक मिश्रण आहे. यामुळे आपले पोषण होते, संतुष्टी मिळते, त्याचप्रमाणे मायक्रोऑर्गनिझम्स्चे पण पोषण होते. (मायक्रोऑर्गनिझम्स् मानवावर अवलंबून असतात – human host) या सगळ्या पद्धती खूप पूर्वीपासून अस्तित्वात आहेत, ज्या वेळेस प्री-बायोटिक आणि प्रो-बायोटिक हे शब्दही कोणी ऐकले नव्हते. तेव्हा ह्या सगळ्या पूर्वापार चालत आलेल्या पद्धतींचा आदर करा, स्वत:साठी एवढं कराच. इंग्रजीमध्ये सांगितलेले/बोललेले तेवढेच विज्ञान असते, हे खरे नाही. तुमची आजी मराठीत सांगत असेल तुम्हाला, पण त्यातही विज्ञान आहे जे न्युट्रिशन लॅबोरेटरीज् पुढील १५-२० वर्षांमध्ये सिद्ध करतील.

दूध - बेसन

बाळ-बाळंतिणीला अंघोळ घालण्यासाठी दूध आणि बेसन एकत्र करून साबणाच्या जागी वापरले जाते. आपल्या पूर्वजांची ही हुशारी मला नेहमी अचंबित करते. यातील बेसन हे प्री-बायोटिक आहे, तर दूध प्रो-बायोटिक आहे. मायक्रोबायोम (मायक्रोबायोटा) मधील बदलामुळे प्रेग्नन्सीमध्ये स्त्रीच्या त्वचेवरही विशिष्ट परिणाम दिसून येतात — पांढरे डाग, काळवंडणे, लालसर होणे, इत्यादी. दूध-बेसन हा यावरील अत्यंत सुरक्षित, रसायनविरहित असा उपाय आहे. यालाच म्हणायचं – 'ग्लोबल प्रॉब्लेम' वरचे 'लोकल सोल्युशन.'

आता प्रेग्नन्सीतील आहार-नियमांकडे वळू या

असे अन्नपदार्थ खा जे –

- शिजवायला आणि पचायला सोपे असतात.
- पाण्याचे प्रमाण संतुलित ठेवतात आणि नैसर्गिकरीत्या अँटासीडचे काम करतात.

- सहज शोषून घेता येतील अशा अमिनो-ॲसिडस्‌चा पुरवठा करतात.
- आयर्न, फॉलिक ॲसिड आणि कॅल्शियमसारख्या मायक्रोन्युट्रीएन्टस्‌नी समृद्ध असतात.

नियम १ : शिजवायला आणि पचायला सोपे

आहार-नियमांमधील हा महत्त्वाचा, पायाभूत नियम आहे. प्रेग्नन्ट असताना पचनशक्ती कमी होते. अन्न शिजवले की ते पचनास सुलभ होते. कारण पचनक्रियेचा प्रारंभ शिजवताना होतो. खाण्या-जेवणाचा मूळ हेतूच अन्नातील रस म्हणजेच पोषकद्रव्ये शोषून घेणे हा आहे. ही पोषक द्रव्ये आईचे पोषण करतात आणि आईकडून ती गर्भावस्थेतील बाळाला पोहोचतात.

स्वयंपाक करणे ही सुद्धा एक प्रगत कला आहे. सगळी ज्ञानेंद्रिये वापरून स्वयंपाक करणे म्हणजे एक प्रकारची ध्यानधारणा आहे. मानवाच्या सृजनशक्तीला यात भरपूर वाव आहे. माणसाचा दुसऱ्याला देण्याचा, सगळ्यांबरोबर मिळून-मिसळून राहाण्याचा मूळ काळजीवाहू स्वभाव यातून प्रतीत होतो. बुद्धीला, विचाराला खाद्य पुरविणारी ही कला उत्क्रांतीच्या सुरुवातीच्या काळातील आहे. न्युट्रिशन सायन्सच्या दृष्टीने विचार केला तर शिजवल्यामुळे धान्यातील आणि भाजीपाल्यातील ॲंटि-न्युट्रिएन्टस् (पोषकद्रव्ये शोषून घेण्यात अडथळा करणारी रसायने) नाहीशी होतात. फायटेटस् आणि ऑक्झॅलेटस् ही रसायने ॲंटि-न्युट्रीएन्टस् म्हणून ओळखली जातात. जी नैसर्गिकरीत्या काही अन्नघटकांमध्ये असतात. म्हणून सॅलड, भाज्यांचे किंवा फळांचे रस नकोत. पिकलेली फळे चोखून खा.

आपण वर्षांनुवर्षे करत आलेले, ताज्या आणि स्थानिक घटकांपासून बनलेले पदार्थ सहज शिजण्यासारखे आणि पचण्यासारखे असतातच. मी असं म्हणण्याचे आणखी एक कारण म्हणजे हे पदार्थ करणे सोपे असते आणि आपली मुलेबाळे मोठी होतील तेव्हा कुठचेही काम लिंगाधारित नसावे असे मला वाटते.

काम सोपं असेल की पुरुषही स्वयंपाक करण्यात हातभार लावतील आणि जेव्हा स्वत:ला स्वयंपाक करायचा असेल तेव्हा तो सोपाच हवा, म्हणजे तो आटोपून आपण कामावर जाऊ शकतो. नाहीतर स्वयंपाक करायच्या कल्पनेनेच आपला उत्साह गळून जायचा.

आहार-नियम तसे एकमेकांपेक्षा फार वेगळे नाहीयेत. एका नियमातूनच

आपण दुसऱ्याकडे जातो. सगळ्या गोष्टी नीट समजण्यासाठी त्यांना मी सूत्रबद्ध केलेय. सहज शिजणारे आणि पचणारे पदार्थ शरीरातील पाण्याच्या प्रमाणाचे संतुलन राखतात आणि ॲसिडीटी कमी करतात. हे सविस्तर समजून घ्या.

नियम २ : शरीरातील पाण्याच्या प्रमाणाचे संतुलन राखत अँटासिड म्हणून काम करणे.

आपण काय खातो यावर या दोन्ही गोष्टी अवलंबून असतात. आयुष्यभर शरीरातील पाण्याचे प्रमाण नीट राखणे महत्त्वाचे आहे, पण प्रेग्नन्सीत वार (Placenta) आणि ॲम्नीऑटिक फ्लुईड (गर्भ या द्रवात असतो) साठी हे अधिक महत्त्वाचे ठरते. रक्ताचे एकूण आकारमान वाढते. तहान आणि लघवीची वारंवारिता वाढते. मूत्रपिंड महत्त्वाची भूमिका बजावत असतात.

प्रेग्नन्सीच्या काळात मूत्रपिंड मूकपणे आपले काम बजावत असतात, त्यांना बीजांडकोष (Ovaries) आणि गर्भाशयाप्रमाणे (Uterus) फार भाव मिळत नाही. पण त्यांच्या सहकार्याविना प्रेग्नन्सी सुरळीत पार पडू शकत नाही. प्रेग्नन्सीतील प्रत्येक तिमाहीत बदलणाऱ्या द्रव प्रमाणाशी आणि क्षारांशी (electrolytes) मूत्रपिंड जुळवून घेत असतात. हे सहज शक्य व्हावे यासाठी तुम्ही सूज्ञपणे खावे अशी त्यांची छोटीशी अपेक्षा असते. तुम्ही व्यवस्थित खाल्ले-प्यायले तर तुमचा रक्तदाब (Blood Pressure) आणि ॲसिडीटी आटोक्यात ठेवण्यात ती यशस्वी होतात.

काही अन्नघटक असे आहेत की, ज्यांचे प्रमाण आणि इतर कुठच्या अन्नघटकांबरोबर सेवन केले जातात यावर त्यांची गुणवत्ता ठरते.

साखर : प्रमाणात आणि योग्य अन्नघटकांसोबत खाल्ली तर शरीराला उपयोगी पडते. पण प्रमाणाबाहेर खाल्ली तर थकवा जाणवू लागतो. त्याचप्रमाणे साखरेचा मूळ स्रोत काय यालाही खूप महत्त्व आहे. ऊसापासून मिळणारी साखर चांगल्या प्रतीची असते. पण मक्यापासून मिळणारी हलक्या प्रतीची असते.

साखर म्हणजे जणू आकाशातून पडणारा पाण्याचा थेंबच! चिखलाच्या पाण्यात पडला तर चिखलाचा भाग होतो. दुर्दैवाने बरेचसे 'प्रेग्नन्सी फुडस्' या प्रकारात मोडतात. बिस्किटे, कुकीज, ज्युसेस, सीरिअल्स, फ्लेव्हर्ड मिल्क इत्यादी पदार्थ चिखलाच्या पाण्याप्रमाणे आहेत. ते खाऊ नका. तोच थेंब चहात पडला तर हरकत नाही. प्या तो चहा. त्याचप्रमाणे हा थेंब लाडू, हलवा, खीर यासारख्या

पदार्थांमध्ये पडला तरी जरूर खा.

साखरेच्या मूळ स्रोताप्रमाणेच तिचे प्रमाणही तुम्ही 'हेल्दी' – आरोग्यदायी – की हेल्दीच्या नावाखाली खपवलेले खात आहात हे ठरवते. WHO (World Health Organisation), डायबिटीक असोसिएशन तसेच इतर अनेक न्युट्रिशन संस्थांनी दिवसाला ६ ते ९ चमचे साखर खाण्यास अनुमती दिली आहे. स्थानिक, ऋतुनुसार आहार घेतला, तर ही मर्यादा उल्लंघली जाणार नाही, मग त्यात अगदी लाडू, सरबत असेही पदार्थ आहारात घेतले तरी हरकत नाही. मात्र एखादा पॅकेज्ड ज्युसचा ग्लास अथवा एक वाटी सीरिअल खाल्ले तरीही मर्यादा उल्लंघली जाते.

साखरयुक्त पदार्थांवर एक दृष्टिक्षेप

चांगले : ऊस व ऊसापासून मिळणारे पदार्थ, ऋतुनुसार उपलब्ध होत असलेली सर्व फळे, नीरा, शहाळ्याचे पाणी, घरी केलेले सरबत, लाडू, हलवा, बर्फी, भाज्यांमध्ये घातलेला गूळ/साखर, तूप-गूळ, बडीशोप-गूळ जेवणानंतर.

वाईट : केक्स, पेस्ट्रीज्, बिस्कीटस्, कुकीज्, रेडीमेड सरबते आणि ज्युसेस (टेट्रापॅकड् किंवा ग्लासमध्ये पॅकड्), चॉकलेटस्, ब्राउनीज, आइसक्रीम्स, आइसिंग, प्रोटीन बिस्कीटस्, दुधात घालायच्या विविध पावडर्स (यात ४ चमच्यामध्ये साधारणपणे २८ ग्रॅ. कार्बज्, ९ ग्रॅ. प्रोटीन आणि २० ग्रॅ. साखर असते.) कपकेक्स् इ.

दैवी ऊस

उसापासून मिळणारी साखर इतर स्रोतांपासून मिळणाऱ्या साखरेपेक्षा भिन्न असते. तिला एक दैवी स्पर्श लाभलेला असतो, असे म्हणायला हरकत नाही. ऊस हा फार पूर्वीपासून लैंगिक क्षमता आणि जननक्षमता वाढविणारा म्हणून भारतात सुपरिचित आहे. आता मात्र काही लोकांनी त्याला बदनाम केले आहे. तुपाचे जे १९७० मध्ये झाले ते आज साखरेचे होत आहे. तुम्हाला माहीत असेलच! तूप कोलेस्टेरॉलने भरलेले आहे असे सांगून आपल्याला बंद करायला सांगितले गेले. २०१५ मध्ये

USDA (United States Department of Agriculture) ने 'कोलेस्टेरॉल हे एक पोषक द्रव्य असून, जास्त खाण्यामध्ये धोका नाही' असे सांगितले. खरं म्हणजे आपल्या भारतातल्या डॉक्टर्सना, डाएटिशिअन्सना हे माहीत असायला हवे होते. पण होतेय काय, खाण्या-पिण्याच्या बाबतीत सगळेच विचित्र वागू लागतात. २०१५ मध्ये तुपाला बाद केले आणि रिफाइन्ड ऑईल्स, राईस-ब्रॅन तसेच व्हर्जीन ऑलिव्ह ऑईल मार्केटमध्ये आले.

इतिहासाची पुनरावृत्ती होतेय. 'साखर बाद केली जातेय आणि गोडीसाठी स्टीव्हीआ सारखे पदार्थ मार्केटमध्ये आले आहेत. आपल्या मुली-सुना प्रेग्नन्ट होतील तोपर्यंत USA किंवा जी महासत्ता असेल ती साखरेत औषधी गुणधर्म असल्याचे जाहीर करेल. त्याचप्रमाणे साखरेला योगींचे खाद्य, चव वाढविणारी, संतुलन राखणारी असेही नावाजतील आणि आपल्या मुली-सुना आपल्याला मूर्ख ठरवतील. सारांश म्हणजे साखरयुक्त असोत वा नसोत, प्रक्रिया केलेल्या पॅकेज्ड अन्नपदार्थांचा आपल्या पचनसंस्थेला आणि खास करून मूत्रपिंडांनादेखील भार होतो. डार्क चॉकलेट, फॅन्सी केक्स, बिस्किटस् इ. पदार्थांची खरेदी करू नका. गोड-धोड पदार्थ जरूर खा पण सूज्ञपणे!

उसामध्ये आपले शरीर आतून स्वच्छ करण्याचा, विषद्रव्ये बाहेर फेकण्याचा गुणधर्म आहे. तुम्हाला गॅसेस झाले असतील, नको त्या ठिकाणाहून आवाज येऊन संकोचल्यागत होत असेल, तर अशा वेळी ऊस तुमच्या मदतीला धावून येईल. उसाचा रस तसेच गूळ चांगला आहे. साखर ही वाईट नाहीए, प्रेग्नन्सीच्या ट्रायमेस्टर्सप्रमाणे मी हे पदार्थ तुमच्या आहारात सुचवणार आहे.

उसाव्यतिरिक्त नैसर्गिक साखर असलेले पदार्थ म्हणजे नीरा, शहाळ्याचे पाणी, दूध आणि लिंबू, कोकम, वाळा इ.ची सरबते जी साखरेबरोबर सत्संग करतात, तीही उत्तम! ॲसिडिटी कमी करण्यास, शरीरातील पाण्याचे प्रमाण संतुलित ठेवण्यात या सरबतांची मदत होते.

२) मीठ : सरबतातील मीठ शरीरातील पाण्याचे संतुलन राखते. पण पॅकेज्ड अन्नपदार्थांमधून मिळणारे मीठ अपायकारक ठरते. प्रेग्नन्सीत वजन वाढायला हवे हे जरी खरे असले, तरी सिनेमा बघत असताना पॉपकॉर्न किंवा चिप्स् तोंडात टाकत असाल तर ते घातकच ठरते. मीठ वाईट का चांगले ते तुम्ही कुठच्या

पदार्थांमधून ते खाताय त्याच्यावर ठरते. थोडक्यात, मीठाचे सुद्धा साखरेसारखे आहे. दुकानातून खरेदी केलेले पदार्थ वाईट, घरचा चिवडा, मठरी, चकली इ. खायला हरकत नाही.

प्रेग्नन्सीमध्ये रक्ताचे आकारमान वाढते व त्यामुळे रक्तातील सोडीयमची पातळी कमी होते. यामुळेच कदाचित स्त्रियांना तिखट-मिठाचे चटपटीत पदार्थ खायचे डोहाळे लागत असतील. पूर्वी चिंचा-बोरे, लोणची खाऊन हे डोहाळे पूर्ण व्हायचे. हे पदार्थ पोषक द्रव्यांनी समृद्ध आणि उपयुक्त बॅक्टेरियांच्या वाढीला उत्तेजन देणारे आहेत. पण आता जिभेला रस्त्यावरचे खायची चटक लागलेली आहे. त्यामुळे हल्ली प्रेग्नंट स्त्रिया चिप्स् आणि चिकन विंगज् सारखे प्रक्रिया केलेले पदार्थ खातात. आधीपासून असलेली ही सवय प्रेग्नन्सीमध्ये आणखीनच वाढीस लागते.

सागरी, हिमालयन, सैंधव इ. नैसर्गिक मीठ अधिक लाभदायी, कारण ते नुसतेच सोडिअम क्लोराईड नसून, अनेक खनिजांचे, फायटोन्युट्रिएन्टस् चे मिश्रण असते. यातील पोटॅशिअम, मॅग्नेशिअम इ. उपवासात सुद्धा शरीरातील PH लेव्हल (ॲसिडिटी) संतुलित ठेवतात. शरीराला सूज येत नाही व ब्लड-प्रेशर वर-खाली होत नाही.

खारट पदार्थांवर एक दृष्टिक्षेप

चांगले : लोणचे, पापड, खारेदाणे, सरबत आणि पेरू, करवंदे, आवळा इ. मीठ लावून. क्वचित् प्रसंगी घरी केलेले वडा-भजी इ. पदार्थांतील मीठ. अंग दुखत असेल तर जाडे मीठ पाण्यात घालून अंघोळ करतात.

वाईट : प्रक्रिया केलेले चिप्स्, बिस्किटस्, पॅकेज्ड सॉल्टेड काजू, बदाम, चकणा, सामोसा, बर्गर्स, पीझ्झा इ. मॉल्स मध्ये विकले जाणारे पदार्थ.

मिठाविषयी चार शब्द

USDA ने २०१५ च्या एप्रिलमध्ये कोलेस्टेरॉलवर वेगळे भाष्य केले. पुढचा नंबर २०२० मध्ये मीठाचा लागेल. मीठ कमी खा किंवा टाळा हेच आपण आत्तापर्यंत ऐकत आलो आहोत, जसे कोलेस्टेरॉलचे

ऐकत होतो. वैज्ञानिक शोधानुसार आता लक्षात आलेय की खूप कमी मीठाच्या सेवनामुळे इन्स्युलिन रेझिस्टन्स वाढतो, हृदयरोगाची शक्यता वाढते, आणि अकाली वृद्धत्व येते. USDA ने 'फुड कंपनीज' आणि 'रेस्टॉरंट्ससाठी 'व्हालन्टरी सोडिअम टार्गेट' (मीठावर मर्यादा) आणले आहे. याचे कारण अमेरिकन लोकांच्या पोटात जाणारे मीठ ७५% प्रक्रिया केलेल्या पदार्थांमधून आणि रेस्टॉरंट्सच्या पदार्थांमधून येते; भाजी-आमटी किंवा सरबतातून नाही. आपण मीठ कमी खायचे असे म्हणतो तेव्हा पॅकेज्ड पदार्थांतून, बाहेरच्या खाद्यपदार्थांतून ते टाळायला हवे. घरी केलेल्या पौष्टिक पदार्थांतील, लोणची, पापडांतील मीठ कमी करण्याची आवश्यकता नाही.

३) कॅफीन : एक-दोन कप चहा (किंवा कॉफी) साखर घालून घेतला तर काहीही बिघडत नाही; परंतु कॅफीन वेगवेगळ्या अकल्पित पदार्थांमधूनही शरीरात प्रवेश करते – उदा. चॉकलेट्स, कपकेक्स्, एनर्जी ड्रिंक्स आणि कोलाज. या पदार्थांतील कॅफीनमुळे शरीरातील पाण्याचे प्रमाण कमी होते.

म्हणजे नेहमीप्रमाणे एक-दोन कप चहा-कॉफी घ्या. पण काही पायाभूत नियमांचे पालन करा.

१. सकाळी उठल्या उठल्या चहा-कॉफी पिऊ नका. दिवसाची सुरुवात फळाने/सुक्यामेव्याने करा.
२. खाण्याऐवजी चहा-कॉफी घ्यायची नाही. उदा. ऑफिसमध्ये मीटिंगनंतर.
३. रात्रीच्या जेवणानंतर उशिरा चहा-कॉफी घेऊ नये. कधी कधी जेवणानंतर आपण मित्र-मैत्रिणींना भेटायला, चक्कर मारायला बाहेर पडतो. तेव्हा चहा-कॉफीचा मोह होऊ शकतो.

वरील तीनही नियम ग्रीन टी, व्हाईट टी किंवा कुठच्याही रंगाच्या चहालाही लागू आहेत.

तुम्ही लघवी कशी होतेय त्यावर लक्ष ठेवा. लघवीला चहा-कॉफीचा वास आला तर तुम्ही अतिरेक करत आहात. अशा वेळी लगेच चहा-कॉफी कमी करा, विशेषकरून अदृश्य स्वरूपातील कॅफीनचे सेवन बंद करा.

आणखी महत्त्वाची बाब प्रेग्नन्सीत लक्षात ठेवायची, ती म्हणजे घराबाहेर पडण्याआधी चहा-कॉफी घ्यायची नाही. प्रेग्नन्सीत शरीर अँटिडाययुरेटिक हार्मोन, पाण्याचे प्रमाण आणि रक्तदाब यामध्ये संतुलन राखण्याचा आटोकाट प्रयत्न करत असते. एखादा कप चहा-कॉफी घेतल्यावर कदाचित रस्त्यावर असतानाच लघवीला जायची वेळ येते. भारतात ती सुविधा सहजी उपलब्ध होत नाही, हे आपण जाणतोच. दूध हे असे पेय आहे की बाहेर जाण्यापूर्वी घेतलेत तर पाण्याचे प्रमाण संतुलित राहील आणि वाटेतच लघवीला जायची आफत येणार नाही.

४) फायबर (चोथा) : इथेही तत्त्व तेच! फळे-भाज्या-धान्ये-कडधान्ये यामधील चोथा चांगला; परंतु 'फायबर-ड्रिंक्स्' आणि गोळ्यांपासून लांब राहा. जास्त प्रमाणात चोथा पोटात गेल्याने पाण्याचे संतुलन बिघडते, बद्धकोष्ठता येते. या व्यतिरिक्त पोषणमूल्यांच्या शोषणात अडथळा निर्माण होतो.

म्हणून चोथ्याच्या नावाखाली सूप्स्, सॅलडस्, ज्युसेस् चा स्वत:वर भडिमार करू नका. व्यवस्थितपणे नेहमीप्रमाणे जेवा. दातांना चावण्याचे काम द्या. त्यामुळे मुखाचे आरोग्य चांगले राहून पाचकरसही स्रवतील. पोटफुगी, मळमळ, बद्धकोष्ठता यासारख्या विकारांचे निराकरण होईल. बऱ्याच अँटासीडस् मध्ये चोथा असतो, ती टाळा. खरं तर अँटासीड नाही घेतलीत तर उत्तम. आहारविषयक नियमांचे पालन केलेत तर ॲसिडिटीला आपोआप आळा बसेल. बऱ्याच जणांना कल्पना नाही की B12 आणि D व्हिटॅमिन्स्चे शोषण अँटासीडस् च्या सेवनामुळे व्यवस्थित होत नाही. प्रेग्नन्सीच्या काळात तर नक्कीच या व्हिटॅमिन्सची कमतरता पडू नये.

नियम तिसरा : सहज शोषली जाणारी 'अमायनो ॲसिडस्' पुरवणे.

प्रेग्नंट असताना प्रथिनांची (Proteins) जास्त गरज असते का? हो. कारण गर्भाला आणि तुमच्या शरीराला प्रथिनांची नितांत आवश्यकता असते. सहज शरीरात शोषल्या जाणाऱ्या अमायनो ॲसिड्सच्या स्वरूपातली 'प्रथिने' खरी लाभदायक ठरतात. परंपरेनुसार आपल्या आहारात असलेले नेहमीचे 'होलसम फूड' (वरण-भात- पोळी-भाजी-चटणी इ.) प्रथिनांची गरज पूर्ण करते.

प्रेग्नंट झाल्यावर तुम्ही जेव्हा, 'गायनॅकॉलॉजिस्ट'ला भेटता, तेव्हा ते तुम्हाला ताबडतोब 'प्रोटीन्स' आहारात जास्त ठेवण्याचा सल्ला देतात. हे ऐकल्यावर

आपण नेमके काय खावे, खाऊ नये याबद्दल संभ्रम निर्माण होतो. शाकाहारींना आपण अंडे खायला हवे का असा प्रश्न पडतो, तर मांसाहारींना नेहमीच्या आहाराव्यतिरिक्त प्रोटीन शेक्स् घ्यावीत असे वाटू लागते. पण वास्तव काही वेगळेच, दोन्हीच्या मधले आहे. परत एकदा सांगते की, कधीही एका विशिष्ट पोषक द्रव्याधारित आहाराचा सल्ला ग्राह्य मानू नये. नेहमी आपली आहाराची पद्धत, प्रदेशानुसार परंपरेनुसार ठेवावी.

आपल्या शरीरात सातत्याने प्रथिनांची झीज आणि भर होत असते. यालाच दैनंदिन 'प्रोटीन टर्नओव्हर', असे म्हणतात. सामान्य स्थितीत या 'प्रोटीन टर्नओव्हर'चा दुष्परिणाम शरीरावर दिसत नाही. मात्र वाढत्या वयात, दुखापतीतून बरे होताना आणि प्रेग्नंट असताना दैनंदिन प्रोटीन्सच्या झीजेचे प्रमाण भरीपेक्षा जास्त असते. यामुळे डोक्यावरचे केस कमी होणे, नखांना भेगा पडणे, हाडांची आणि स्नायूंची कायमस्वरूपी झीज होणे असे परिणाम होतात. शरीराची ताकद, काम करण्याचे बळ कमी होते. म्हणजेच हृदय, फुफ्फुसे, इन्स्युलिन अकार्यक्षम होऊ लागतात आणि तुम्ही लठ्ठ होता, थकवा जाणवू लागतो आणि, मधुमेह सुद्धा मागे लागतो. म्हणूनच आपण पाहातो काही प्रेग्नंट स्त्रियांना घरात 'डायबिटीस'ची 'हिस्ट्री' नसूनही डायबिस्टीस होतो. याला gestational diabetes (जेस्टेशनल डायबिटीस) असे म्हणतात.

शरीरातील प्रथिनांचा साठा शाबूत ठेवण्यासाठी रोजच्या आहारातील 'प्रथिनांचे नियोजन करायला हवे. ब्रेकफास्टला सीरिअल आणि रात्रीचे जेवण म्हणजे प्रोटीन हे आता विसरा. प्रथिने शरीरात जेवल्यानंतर कशी सात्म्य होतील हे पाहावे लागेल. तसे न केल्यास गर्भाच्या वाढीत गुंतागुंत होऊ शकते. तुमच्या हाडांची घनता घटू शकते व स्नायू ढिले पडू शकतात.

आहारातील अमायनो ॲसिड्स् प्रमाणे प्रथिनांच्या निर्मितीसाठी इसेन्शिअल फॅटस्चीही गरज असते. हे फॅटस् सुकामेव्यातील खनिजे व भाज्यांमधील 'फायटोन्युट्रीएन्टस्' सुद्धा प्रथिनांची निर्मिती करण्यास आवश्यक असतात. दिवसभरात विभागून प्रथिने पोटात जायला हवीत. एका वेळेस नुसते प्रोटीन घेणे लाभदायी होत नाही. अगदी झोपताना 'फॅट' असलेले प्रोटीन ड्रिंक घेणे प्रोटीन सिन्थेसीसला (प्रथिनांची निर्मिती) हातभार लावते. म्हणूनच प्रेग्नंट स्त्रियांना झोपताना दूध प्यायला देण्याची पद्धत होती. पुढील प्रकरणात प्रत्येक ट्रायमेस्टर साठी केलेल्या आहारनियोजनात याचा समावेश होईल.

उपवास किंवा बराच वेळ काही न खाणे प्रेग्नन्सीमध्ये योग्य नाही. कारण त्यामुळे प्रथिनांची झीज होते. 'मसल प्रोटीन सिन्थेसीस'मध्ये अडचण निर्माण होते.

महत्त्वाचे 'ल्युसीन'

प्रेग्नन्सीमध्ये 'ल्युसीन' ह्या अमायनो ॲसिडचे सर्वाधिक महत्त्व आहे. कारण नुसते 'ल्युसीन' घेण्याने सुद्धा 'प्रोटीन सिन्थेसीस' सुधारून झीज कमी होते. ल्युसीन हे एक ब्रॅन्चड् चेन अमायनो ॲसिड असून, त्याची गणना 'इसेन्शिअल अमायनो ॲसिडस्'मध्ये होते. प्रसुतिपूर्व व पश्चात् शरीराला संदेश देणाऱ्या हार्मोन्सच्या कामात ल्युसीनचा महत्त्वाचा सहभाग असतो आणि अगदी प्रेमाप्रमाणेच ल्युसीन आपल्याला अवचित् भेटते; भात, डाळी, कडधान्ये, सुकामेवा आणि अर्थातच आपल्या अपेक्षेनुसार ते दूध, दुग्धजन्य पदार्थ, अंडी, मासे, मांस (म्हणून 'होलसम' खाणे महत्त्वाचे) यातही असते. ल्युसीन इन्स्युलिनची कार्यक्षमता वाढवते. ब्लड शुगर कमी करते, सिरॉटॉनीनची पातळी घटते आणि त्यामुळे डोळ्यांवर सारखी झापड येत नाही, उत्साही वाटते.

नियम ४ : 'मायक्रोन्युट्रीएन्टस्' (अतिसूक्ष्म पोषणमूल्ये) नी नैसर्गिकरीत्या समृद्ध असलेल्या पदार्थांचा आहारात समावेश.

फॉलिक ॲसिड, कॅल्शियम, आयर्नसंबंधी आपल्या कानावर नेहमी येत असते, पण प्रेग्नन्सी सुरळीत होण्यासाठी मायक्रोन्युट्रीएन्टस्चा एक मोठा पट आहारात असायला हवा. त्यात फायटोस्टिरॉलस्, लायकोपीनस्, फ्लेवोनाईडस्, फायटोएस्ट्रोजन्टस्, रिझर्वेटॉल, ॲन्थोसायनीनस् इ. चा समावेश होतो.

हे मायक्रोन्युट्रीएन्ट्सनी समृद्ध किमयागार अन्नपदार्थ तुम्हाला आनंदी, उत्साही, तेजस्वी ठेवतात. हळूहळू हे पदार्थ इतिहासजमा होत चालले आहेत. या स्थानिक, किंवा मी तर म्हणेन टोकाचे स्थानिक, पदार्थांना इंग्रजीत नावही नसते, कधीकधी

हिंदीतही नसते. अति उंचीवरील हिमालयातील प्रदेशात मिळणारी नवरंगी डाळ, केरळचा फणसाचा जॅम, उत्तर-पूर्व प्रदेशातील चेरीचे लोणचे, कोकणकिनारपट्टीत मिळणारे ओले काजू आणि पूर्व भारतातील 'हेम्प सीड्स्' ही त्याची काही उदाहरणे आहेत.

या आणि अशासारख्या पदार्थांमध्ये मायक्रोन्युट्रीएन्टस्चा खजिनाच सापडतो. हे मायक्रोन्युट्रीएन्ट्स् ॲसिडिटी कमी करतात, ब्लड शुगर नियंत्रित करतात आणि 'मायक्रोब'ची वृद्धी करतात. हे पदार्थ आपल्या पोटात जणू काही अनवटमार्गे प्रवेश करतात – लोणची, चटण्या, लाडू इ. तुम्ही जर आजकाल मिळणाऱ्या आहारविषयक सल्ल्यांनुसार जात असाल, तर कदाचित तुम्ही ह्या पोषकद्रव्यांना मुकाल. असे होण्याचे कारण आता जाणून घेऊ.

- तुम्हाला आयर्न (लोह) आणि फॉलिक ॲसिड घ्यायला सांगितले जाते. त्यासाठी तुम्ही गोळ्या घेता अथवा पालकाचे सूप पिता. खरं म्हणजे जर तुम्ही थोडेसे काजू आणि अळीवाचा लाडू खाल्ला, तर तुम्हाला आवश्यक तेवढे आयर्न आणि फोलेट मिळेल. हो, आणि बद्धकोष्ठताही होणार नाही.
- कदाचित तुम्ही लोणचे खायचे टाळाल. कारण त्यात भरपूर मीठ असते, पण त्यामुळे लोणच्यातील महत्त्वाची पोषक द्रव्ये, विशेषत: व्हिटॅमिन 'के२' तुम्हाला मिळणार नाही. तुम्ही 'के२'बद्दल काहीही न ऐकल्याची शक्यता आहे. 'के२' चा उपयोग हाडे मजबूत होण्यासाठी व ऑस्टीओपोरॉसिसला (हाडे ठिसूळ होणे) प्रतिबंध करण्यासाठी होतो. याबद्दल तुम्ही अनभिज्ञ असलात तरी त्याचा फायदा तुम्हाला मिळायचा थांबणार नाहीए. माझ्या एका पुण्याच्या क्लाएन्टला दिवस गेल्यावर तिच्या आजीने बनविलेले आवळ्याचे लोणचे खास दिले गेले. हे लोणचे तिच्या पणजीने करून ठेवले आहे आणि ते फक्त मुलींना दिवस गेल्यावरच दिले जाते. हेतू हा की, त्यांचा पाठीचा कणा मजबूत राहावा.
- तुम्ही कदाचित् 'हायफायबर' असलेले 'पॅकेज्ड सीरिअल्स्' किंवा 'ओट्स्' खात असाल. कारण ते प्रकृतीसाठी उत्तम असल्याचे सांगितले जाते. त्यातील फायटेटमुळे पोषणमूल्यांच्या, खास करून 'मॅग्नेशिअम'च्या शोषणात अडथळा निर्माण होतो, ह्या गोष्टीकडे दुर्लक्ष होते. 'व्हिटॅमिन

के२' व 'मॅग्नेशियम' ही दोन्ही पोषणमूल्ये व्हिटॅमिन डी मिळण्यासाठी गरजेची असतात, हे आपल्या आजीने जाणलेले असते, आपण अनभिज्ञ असतो. व्हिटॅमिन डी ची कमतरता आजकाल इतकी सर्रास दिसून येते, म्हणून तरी आपण या गोष्टींचा विचार करायला हवा. के२, मॅग्नेशियम आणि व्हिटॅमिन डी एकत्रितपणे हाडे आणि हृदयाचे संरक्षण करतात.

गोषवारा : प्रेग्नन्सीमधील आहारनियमांचा उपयोग योग्य या अन्नपदार्थांची निवड करण्यासाठी होतो. मातेच्या आरोग्यासाठी आणि गर्भाच्या वाढीस पोषक असा आहार निवडणे या नियमांमुळे सहजसाध्य होईल; उगीच गुंतागुंत होणार नाही. या नियमांवरून लक्षात येईल की, वरण-भात-लोणचे किंवा दही-खिचडी-लोणचे हा शरीराला पूर्ण पोषण देणारा आहार आहे; परंतु त्याचे फायदे मात्र अज्ञात आहेत. कार्बज् आणि कॅलरीज् च्या पलीकडे एक नवलाचे खाद्यभांडार उपलब्ध आहे. यामध्ये पारंपरिक पाकक्रिया, सुपरफुडस् आणि काही खास अन्नघटक आहेत. या खाद्यभांडाराला सांभाळून ठेवलेय आपल्या आज्या-पणज्यांनी, जेव्हा प्रेग्नन्सी हा आजार वाटत नसे. पुढच्या प्रकरणात याबद्दल अधिक जाणून घेऊ.

खजूर आणि बाळ

लंडनहून मी मुंबईला परतत होते, तेव्हाची गोष्ट आहे ही. मला फर्स्ट क्लासमध्ये बसण्याची संधी मिळाली; परंतु खरी मजा तर पुढेच आहे. मी कानाला हेडफोन्स् लावले व कवाल्या ऐकण्यास सुरुवात केली. मोठ्या सीटवर पाय ताणून दिले, डोळे बंद करून, कान चांगले उघडे ठेवले आणि पायांनी 'दमादम मस्त कलंदर वर ताल धरला.' 'दमादम'च्या चालीवर शब्द बेतून गाणे लिहिले होते. त्यामध्ये दोन कव्वाल एकमेकांशी संवाद साधत होते. चौदा वर्षे विवाहित असूनही मूल-बाळ न झालेल्या दोन बहिणींची कथा ते सांगत होते. त्या बहिणी मूल होत नसल्यामुळे अपार दुःखीकष्टी झाल्या होत्या. त्यांच्या कानावर एका फकीराची कीर्ती आली, ज्याच्याकडे गेल्यावर हमखास मूल होत असे. त्या बहिणी फकिराकडे गेल्या. फकीराने दोघींना एक एक खजूर दिला व तो सकाळी खाऊन दैनंदिन व्यवहार नेहमीप्रमाणे करावयास सांगितले. एकीने खजूर

खाल्ला, दुसरीने खाल्ला नाही. आता नवल वाटण्यासारखी बाब म्हणजे खजूर खाल्लेली स्त्री नऊ महिन्यांनी बाळ घेऊन फकीराला भेटण्यास गेली. दुसऱ्या बहिणीला मूल न झाल्याचे पाहून फकीर अचंबित झाला. 'तू खजूर खाल्ला नाहीस का?' फकीराने विचारले. शरमिंदी होत तिने नकारार्थी उत्तर दिले. 'तुला आठवतेय का की कुठे टाकलास तो खजूर?' 'हो, हो, आठवतेय, डोंगरावर एका मोठ्या शिळेपाशी टाकला आहे.' 'अग बावळटा, जा मग तेथे, तुझे बाळ तुझी वाट पाहात असेल तिथे.'' दोघीजणी धावत त्या जागी गेल्या आणि पाहातात तर काय? जिथे खजूर टाकला होता तिथे एक छोटंसं बाळ पाय मारत रडत होते.

महाभारतापासून सत्य हे एखाद्या कल्पनाचित्रातून रंगविले जाते आणि सांकेतिक गोष्टीच्या स्वरूपात मांडण्यात येते. यामुळे श्रोत्याला योग्य तो संदेश सहजपणाने दिला जातो. या गोष्टीमुळे माझा समज मात्र दृढ झाला की, फक्त श्रद्धेच्या बळावर आणि संभोगाने मूल होत नाही — चांगल्या आहाराशिवाय मूल होणे शक्य नाही.

विशेष टिप्पणी – प्रेग्नन्सी आणि उपनिषदे

योगशास्त्रानुसार आपले शरीर पंचमहाभूतांनी बनले आहे. ही पाच तत्त्वे विशिष्ट क्रमानुसार येतात. अगदी पहिले तत्त्व म्हणजे अवकाश. त्यातून दुसरे तत्त्व येते ते म्हणजे वायू, नंतर अग्नी, मग जल व सर्वांत शेवटी पृथ्वी. पृथ्वीवर वेगवेगळ्या प्रकारचे भाजीपाला, फळफळावळ, वनौषधी पिकतात, ज्यामधून 'अन्न' मिळते.

- मातेच्या उदरातील पोकळीत गर्भ स्थित होतो. अवकाश/पोकळीला एक आवाज असतो. म्हणून मातेला गर्भधारणा झाल्यावर काही आठवड्यांत बाळाची चाहूल लागते. एरवी पड खाणाऱ्या शांत स्त्रियांना सुद्धा या काळात बोलण्याचे धैर्य प्राप्त होते आणि ही ताकद त्यांना पोटातील गर्भच देतो, असे त्या नक्की सांगतील आणि हल्ली सोनोग्राफीतर्फे सहाव्या आठवड्यांत बाळाच्या हृदयाचे ठोके ऐकता येतातच. खरं तर तोपर्यंत बाळाने आकारही घेतलेला नसतो.
- नंतर वायूतत्त्व येते आणि बऱ्याच स्त्रियांना यावेळी वातविकार उद्भवतात. उलट्या, मळमळ, अपचन इ. त्रास होऊ लागतात.
- नंतर अग्नितत्त्व येते आणि या तत्त्वाचा आकार हा गुणधर्म आहे. बाळ

आकार घेते आणि सोनोग्राफीत नाजूक पावले, इतकेच नव्हे, तर नखे दिसू लागतात.

- शेवटी पाण्याची पिशवी फुटते आणि बाळ पृथ्वीतत्त्वाचा गुणधर्म, स्थिर आकार, घेऊन जन्माला येते. आता आपण बाळाला ऐकू, पाहू शकतो. त्याचा गंध घेऊ शकतो, स्पर्श करू शकतो. जन्माला आल्यावर बाळ त्याचे पहिले अन्न म्हणजे आईचे दूध घेते. हे दूध बाळासाठी अत्यंत पोषक ठरते. बाळ हळूहळू मोठे होऊन प्रगल्भ माणूस म्हणून गणले जाऊ लागते.

आपण या पंचतत्त्वांचा विचार करून आहार घ्यायला हवा, विशेषेकरून एक जीव पोटात असताना ते अत्यावश्यक आहे. याबद्दल सविस्तर जाणून घ्या.

अवकाश

खाताना आतला आवाज ऐकण्याची सवय लावून घ्या. यासाठी नको त्या आवाजांपासून लांब राहाण्यासाठी वेळ काढायला हवा. म्हणून थोडे निवांत व्हा आणि खा.

- असे करा : जाणीवपूर्वक जेवणा-खाण्याच्या वेळा निश्चित करा. किमान सकाळचा नाश्ता, दुपारचे आणि रात्रीचे जेवण तरी निश्चित वेळेला करा.
- असे करू नका : कसंबसं घाईघाईत जेवण उरकणे. टी.व्ही. बघत जेवणे.

वायू

जेवल्यावर हलके वाटले पाहिजे. हे पहिल्या तत्त्वाशी सुसंगत आहे. जर सावकाश खाल्ले तरच आपण दाबून खात नाही आणि पोट हलके राहाते. घाईघाईत जेवल्याने अन्न अगदी घशापर्यंत/गळ्यापर्यंत आल्यासारखे वाटते, कधी तर नाकापर्यंत सुद्धा! म्हणून अन्न खाताना ते पोटापर्यंत कसे जातेय तिकडे लक्ष असू द्या. पोट गच्च भरू देऊ नका.

- असे करा : 'मेन्टल मील प्लॅन' चा वापर करा. आणि एका वेळेस कमी वाढून घ्या.
- असे करू नका : जास्त वाढून घेणे. भराभर खाणे.

अग्नी

सर्व तत्त्वांमध्ये हे दैवी समजले जाते. अग्नीला देवता मानण्यात येते. म्हणून

शिजलेले अन्न खा, यालाच अग्नीने शुद्ध केलेले अन्न असे म्हणतात. म्हणून, मायक्रोवेव्हमध्ये पुन्हा गरम केलेले अन्न खाऊ नका. तयार पॅकेट्स् मधले अन्न खाऊ नका. घरी शिजवलेले खा. मंदाग्नीवर शिजवा. प्रेग्नन्ट स्त्रीला प्रथम जेवू घालण्याची पद्धत म्हणूनच रूढ झाली आहे. गरम गरम खाल्ले की अन्नातील अग्नितत्त्व जागृत असते आणि याचा फायदा शरीराला होतो.

- असे करा : ताजे अन्न खा. शिजवल्यापासून तीन तासांच्या आत खा. सूज्ञपणे मसाल्यांचा वापर करा.
- असे करू नका : मायक्रोवेव्हमध्ये पुन्हा गरम करणे. भाजी 'सॅलड' किंवा 'सूप'च्या रूपात खाणे. कारण सॅलड शिजवलेले नसते, तर सूप खूप जास्त वेळ उकळवलेले असते. समतोल साधणे इथे आवश्यक आहे.

जल : अन्नातील 'जलतत्त्व' जागृत ठेवा.

अन्नातील पाण्याचे प्रमाण व्यवस्थित ठेवा. तसेच ताजे अन्न खा. ताज्या अन्नापेक्षा शिळे अन्न नेहमी सुके असते. तसेच बाहेरच्या खाण्यामध्येही जलतत्त्व कमी असते. अति गोड पदार्थ, चहा, कॉफी, कोलाज् इ. सारख्या अन्नसेवनामुळे 'जलतत्त्व' कमी होते. म्हणून विचारपूर्वक अन्नग्रहण करा. स्वामी शिवानंदांच्या उपदेशानुसार Old आणि Cold खाऊ नका.

- असे करा : शरीरातील पाण्याचे प्रमाण कायम व्यवस्थित हवे. त्यासाठी लघवी साफ होतेय ते पाहा. ताजी फळे खा. नारळपाणी, नीरा, स्थानिक सरबत यातील एखादे पेय तरी जरूर घ्या.
- असे करू नका : चहा-कॉफीचा अतिरेक करणे, उठल्या-उठल्या चहा-कॉफी घेणे. जेवणानंतर गोड खाणे. मध्यरात्री फ्रीज उघडून आईस्क्रिम किंवा चॉकलेट खाणे.

पृथ्वी

हे खरं म्हणजे सांगायची वेळ येऊ नये. पण आसपास इतकी 'डाएट फॅड्स्' दिसतात की साध्या गोष्टींकडे दुर्लक्ष होते. ज्या प्रदेशात राहाता, तिथे पिकणारे खा. तुमच्या परिसरात उगवणाऱ्या/पिकणाऱ्या भाज्या, फळे खा. केळे खा, किवी नको. पोहे खा, सीरिअल नको. अन्नपदार्थ जितका कमी प्रवास करून तुमच्या ताटात येतील, तेवढी जास्त मजबुती शरीरास येईल आणि प्रेग्नन्सी ही शरीराच्या ताकदीची नाना प्रकारे परीक्षा घेत असते. म्हणून खाली जमिनीवर बसून जेवा.

शेतातून आलेले अन्नपदार्थ खा, मॉलमधून आलेले नको.

- असे करा : जेवणाची जागा निश्चित करा. मांडी घालून बसा. गुरुत्वाकर्षणाचा उपयोग करून घ्या. यामुळे पचनक्रिया सुधारेल. कंबरेची लवचिकता वाढेल. ऋतुनुसार खा आणि लहानपणापासून जे खात आहात, त्यावर भर द्या. हे खाणे तुमच्या जनुकीय संरचनेशी सुसंगत असेल.
- असे करू नका : तयार पॅकेटस् मधले खाणे, ऋतुनुसार न खाणे, उदा. उन्हाळ्यात सफरचंद, पावसाळ्यात पालेभाज्या.

३

तीन ट्रायमेस्टर्स
(तीन महिन्यांचा एक ट्रायमेस्टर)

प्रत्येक ट्रायमेस्टरसाठी (ट्रायमेस्टर – तीन महिन्यांचा अवधी)

- वारंवार विचारल्या जाणाऱ्या प्रश्नांची उत्तरे
- तीन महत्त्वाचे अन्नपदार्थ
- आहारनियोजन
- महत्त्वाच्या सूचना
- पारंपरिक पदार्थ कसे कराल, त्याबद्दल सविस्तर माहिती (पाककृती)

पहिली ट्रायमेस्टर (गरोदर अवस्थेतील पहिले तीन महिने)

लिफ्टच्या दरवाजावर लावलेल्या ग्रीजचा वास, ऑफिसच्या दाराबाहेरच येणारा कॉफीचा दरवळ आणि सहकाऱ्याने लावलेल्या डीओचा घमघमाट या सगळ्याने आज मी हैराण झालेय. प्रत्येक गोष्टीचा वास जसा नाकात भिनतोय, अगदी ट्रॅफिकचा आणि नवीन पर्सच्या प्लॅस्टिक वेष्टनाचा सुद्धा.

'बाप रे, गुगलराणी सांगतेय की, वासाची अतिरिक्त संवेदना हे प्रेग्नन्सीचे प्रथम लक्षण असू शकते. मला ऑफिसबाहेर पळून जावेसे वाटले की, जिथे बाथरुम्स् नाहीत आणि म्हणून 'प्रेग्नन्सी टेस्ट' करायची सोयही नाही. मी द्विधा मन:स्थितीत सापडले होते. टेस्ट करायचीही नव्हती आणि उद्यावर ढकलायची सुद्धा नव्हती. 'एकदाची करून टाक' आतील आवाज ऐकू येत होता आणि माझी सहकारी ज्योतीही म्हणाली, 'चल करून ये टेस्ट, आता प्रेग्नन्ट असशील तर

असशीलच आणि नसलीस तर निगटिव्ह टेस्ट येईल ना! कोणी अर्धवट प्रेग्नन्ट असू शकत नाही ग'. एकदाची धीर करून ऑफिसच्या बाथरुममध्ये हॅन्डबॅग घेऊन गेले. बाथरुममधील 'सायट्रस (लिंबाच्या वासाचा) फ्रेशनर'चा वास बाथरुममध्ये शिरण्याआधीच आला. माझ्या व्हजायना (योनी) खाली कीट धरले आणि लघवी करण्याचा प्रयत्न केला. अजिबात होत नव्हती. शेवटी प्रयत्नपूर्वकर थेंब पडले. दोन थेंब आणि दोन रेघा टेस्टमध्ये दिसल्या. मी गरोदर होते, टेस्ट पॉझिटिव्ह आली होती. खरं तर अत्यंत आनंददायी क्षण असायला हवा होता. पण माझ्या ३६ वर्षांच्या आयुष्यातील सर्वाधिक सावध करणारा तो क्षण होता.

बाथरुममधून बाहेर आले आणि ज्योतीला पाहिल्यावर 'कीट' तिच्यासमोर धरले. ही ज्योती जिचा मी थोडा तिरस्कार, थोडे प्रेम आणि थोडा आदरही करते, ती एकमेव व्यक्ती माझे गुपित जाणत होती आणि मला ते बिलकुल आवडत नव्हते. म्हणून मी नवऱ्याला टेस्टचा रिझल्ट व्हॉटस् ॲप् केला. दोन निळ्या रेघा उमटल्या आणि तातडीने उलटा मेसेज आला — 'अग, ही टेस्ट चुकीची असू शकते. डॉक्टरशी बोलून घे आणि उद्याचीच ब्लड टेस्टसाठी अपॉईंटमेन्ट घे.' प्रेग्नन्ट होणं आणि लग्नानंतरची 'सुहाग रात'या मध्ये मला साम्य दिसू लागले. दोन्ही गोष्टी अपेक्षाभंग करणाऱ्या निघतात आणि मग काय प्रतिक्रिया द्यायची तेही समजेनासे होते.

ब्लड टेस्टचा रिपोर्ट येण्यापूर्वीच मनामध्ये प्रश्नांचे काहूर माजले – शेवटी कागद-पेन घेऊन प्रश्नावली तयार केली.

वारंवार विचारले जाणारे प्रश्न व उत्तरे :

१) घरी जाताना रिक्षा केली तर चालेल का?

का सुरुवातीच्या दिवसांमध्ये गर्भाला धोका पोहोचण्याची शक्यता असते?

पॅराशूटने घरी गेलीस तरी चालेल. या अवस्थेत शरीरातील हार्मोन्स् बदलत असतात आणि हा चांगला बदल असतो. जर काही विशेष समस्येकरता बेड रेस्ट सांगितली असेल तर गोष्ट वेगळी; परंतु सामान्यपणे रिक्षातून जा-ये करू शकतो. गरोदरपणात सहनशक्ती प्रमाणाबाहेर वाढलेली असते. गरोदर नसलेल्या स्त्रियांपेक्षा या स्त्रिया जास्त सक्षम होतात. १९८० मध्ये अमेरिकेत ऑलिम्पिक कमिटीने 'ॲबॉर्शन डोपींग'वर बंदी घातली होती. खेळाडू स्त्रिया सामान्यांपूर्वी मुद्दाम प्रेग्नन्ट होऊन त्याबरोबर येणाऱ्या अधिक क्षमतेचा फायदा उठवत असत. उदाहरण द्यायचे तर शरीरातील लाल पेशींचे प्रमाण वाढते. त्यामुळे गर्भाकडे पोषक

द्रव्यांचा पुरवठा वाढतो, त्याचप्रमाणे शरीराची क्षमता (एरोबिक परफॉर्मन्स्) वाढते. तसेच HGH (human growth hormone), प्रोजेस्टेरोन, एस्ट्रोजन, रिलॅक्सीन वाढते. परिणामी सामन्यांमधली कामगिरी अधिकाधिक उत्कृष्ट होत जाते.

म्हणजे एकीकडे 'प्रेग्नन्सी', क्षमता वाढविण्यासाठीचा उपाय म्हणून वापरला जातो, तर दुसरीकडे प्रेग्नन्ट स्त्री जमिनीवर पडलेला हातरुमाल सुद्धा ॲबॉर्शन होईल या भीतीने उचलत नाही. करिनाने आणि मी फेसबुक लाईव्ह चॅट केला, तेव्हा तिने ठामपणे स्त्रियांना प्रेग्नन्सीकडे आजार म्हणून न बघण्यासाठी ठणकावले. प्रेग्नन्सी हा एक नैसर्गिक शारीरिक टप्पा असून, तुम्ही तुमचे दैनंदिन व्यवहार व्यवस्थितपणे किंवा थोडी भर घालूनही चालू ठेवू शकता, उदा. ऑलिम्पिक मेडल जिंकणे. हा, हा, हा.

कळीचा मुद्दा असा की, गरोदरपणापूर्वी तुमची जी शारीरिक अवस्था असेल ती गरोदर राहिल्यानंतर वाढीस लागते. म्हणजे आधीपासून तुमची तब्येत निरोगी असेल, तुम्ही 'फिट' असाल तर त्यात प्रेग्नन्सीमध्ये भर पडते. तुमची तब्येत अगदी ठणठणीत राहते.

जर तुम्ही प्रेग्नन्ट होण्याआधी आजारी, दुःखीकष्टी, उदास असाल तर प्रेग्नन्ट असताना त्यातही भर पडेल. सुदैवाने, हल्ली मूल होण्याची घाई करण्याचे कारण उरले नाहीए. आपले आयुर्मान वाढले असून, हाताशी अनेक सुखसुविधा उपलब्ध आहेत. २०-२५ वर्षांपूर्वीची परिस्थिती आता पालटली आहे. म्हणून ऐका माझं, 'प्रेग्नन्ट' होण्यापूर्वी 'फिट' व्हा. असे केलेत तर करिनाप्रमाणे तुमच्या चेहऱ्यावर सुद्धा तेज येईल आणि तुमच्या कार्यक्षेत्रातील 'रॅम्प-वॉक', शुटिंग इ. करून चमकाल आणि हो, रिक्षातपण बसू शकता.

शरीरविज्ञानाबद्दल बोलत असताना मनोव्यापारांकडे पण लक्ष असू द्या. नवऱ्याशी, सासरच्यांशी मतभेद असतील तर त्यातही भरच पडेल. नवरा चांगला असला तर हा चांगुलपणा तुमच्या वाट्याला भरपूर प्रमाणात येईल. थोडक्यात काय, प्रेग्नन्सी कुठचाही अडथळा आणत नाही, तुमच्यापासून काही हिरावून घेत नाही — तुमच्या आयुष्यात जे आहे ते वाढविते, बस् इतकेच.

ताजी बातमी, सेरेना विलीयम्स पहिल्या ट्रायमेस्टर मध्येच ऑस्ट्रेलियन ओपन ग्रँड स्लॅम जिंकली.

२) व्यायाम करायचा थांबवू की चालू करू?

थांबवू नका आणि चालूही करू नका. नेहमीप्रमाणेच रोजचे व्यवहार चालू ठेवा. व्यायामाच्या बाबतीत जो मुख्य नियम आहे. त्याचे पालन करा — शरीराचे ऐका आणि गरज पडल्यास व्यायाम कमी करा.

जर तुम्ही नियमित व्यायाम करत असाल (नियमित म्हणजे १०-१५ वर्षे सातत्याने) तर तुमची ताकद, लवचिकता तसेच सामर्थ्य खूप वाढेल. व्यायाम करताना तुम्हाला खूप मजा येईल. सवयीचे असल्यामुळे व्यायाम करताना तुम्हाला कुठलाच अडथळा येणार नाही. म्हणून जर तुम्ही धावपटू असाल, तर धावा. वेट ट्रेनिंगची सवय असेल तर ते करा, 'स्की' करत असलात तर तेही करा. तुमचे बाळ नशिबवान की गर्भावस्थेत, अगदी पहिल्या दिवसापासून, त्याला व्यायाम करण्याची संधी मिळतेय.

मात्र अगदी अलीकडे, वजन कमी करण्याच्या हेतूने किंवा डॉक्टरी सल्ल्यानुसार, तुम्ही व्यायामाला सुरुवात केली असेल आणि दांड्याच जास्त झाल्या असतील तर व्यायाम करताना तुम्हाला विचारच करावा लागेल. पहिल्या ट्रायमेस्टरमध्ये उगीच जोराने व्यायाम करू नका. आधीपासून तुम्ही आठवड्यातून १-२ वेळा करत असाल, तर तितक्याच वेळा परंतु कमी प्रमाणात करा. याचा अर्थ वेग कमी करा, कार्डिओ एक्सरसाईझची वेळमर्यादा कमी करा आणि वेट ट्रेनिंगच्या 'रीपीटेशन्स्' कमी करा. जर 'ग्रुप'मध्ये करत असाल तर शिक्षकाला तुम्ही प्रेग्नन्ट असल्याचे सांगा. सायकल चालविणे, पोहणे असे 'नॉन-वेटबेअरिंग' व्यायाम चालण्यापेक्षा चांगले. त्याचप्रमाणे मशीन्स्च्या साहाय्याने केलेले 'वेटबेअरिंग' व्यायाम 'फ्री वेटस्' पेक्षा चांगले असतात. थकवा येण्यापूर्वी व्यायाम थांबवणे महत्त्वाचे आहे. व्यायाम करताना अधून-मधून पाणी प्या व व्यायामानंतर लगेच केळे खा. शरीर पूर्ववत् होण्यासाठी त्याला लगेच केळ्यासारखे ऊर्जा पुरविणारे इंधन देणे आवश्यक आहे.

तुम्ही कधी व्यायाम केलाच नसेल तर काय बोलणार मी? प्रेग्नन्ट झाल्याबद्दल अभिनंदन करते आणि एवढेच सांगेन की चलनवलन होण्यासाठी चाला आणि पहिल्या 'ट्रायमेस्टर'मध्ये नवीन प्रकारच्या व्यायामाला सुरुवात करू नका.

३) आता मला किती 'प्रोटीन्स्' (प्रथिने) घेण्याची आवश्यकता आहे?

प्रोटीन्स्, ती कुठच्या अन्नपदार्थांमधून मिळतील, खास करून शाकाहारींनी काय खावे, इ. बद्दल बरेच समज-गैरसमज आहेत. नुकतीच न्यु कॅसल, यु.के.

मध्ये 'स्पोर्टस् अॅन्ड एक्सरसाईझ'वर एक कॉन्फरन्स झाली.

त्यातील निष्कर्ष असा —

'सोशल मीडिया' इतके बोकाळले आहेत की, कोणीही उठतात आणि अगदी वैज्ञानिक सिद्धांत असल्यासारखे भासवून 'अन्नपदार्थ आणि त्यांची पौष्टिकता' याविषयी मतप्रदर्शन करतात. खरे तर या क्षेत्रातील कुठचाही ठोस अभ्यास त्यांनी केलेला नसतो. सत्यापेक्षा चांगल्या चित्राला, चातुर्याने केलेल्या लिखाणाला महत्त्व मिळते. आयुष्यात कानावर कधीही न पडलेला एखादा 'किनोवा' किंवा 'चिआ' सारखा पदार्थ 'प्रोटीन' म्हणून आपल्यासमोर येतो आणि मग 'प्रोटीन' म्हणून काय खावे याबद्दल आणखी गोंधळ उडतो.

अगदी मूळापासून सुरू करू या. प्रेग्नन्ट स्त्रियांना अधिक प्रोटीन लागते का? होय, लागते. एखादे पोषकद्रव्य आपल्याला एकाच विशिष्ट अन्नघटकातून मिळते का? नाही. आपण अन्न खायला हवे, पोषकद्रव्ये नाही. अन्नातून पोषकद्रव्यांच्या पलीकडचे सुद्धा बरेच काही मिळत असते. आता असा विचार करा की, अन्न म्हणजे 'सेक्स' (संभोग) आणि पोषकद्रव्य म्हणजे 'मूल'. संभोगातून मूल जन्माला येते का? हो, येते. पण 'सेक्स' म्हणजे फक्त मूल जन्माला घालणे आहे का? नाही. 'सेक्स'शिवाय शरीरातील हार्मोन्सचे तसेच मानसिक संतुलन राहाणार नाही. आयुष्य बेचव होईल. आवश्यकता वाटल्यास हे परत नीट वाचा.

म्हणून एखादा पदार्थ खाताना तो पदार्थ कार्बोहैड्रेट, प्रोटीन का फॅट आहे याचा विचार करू नका. कारण तुमचा समज वैज्ञानिक सत्यापासून फार वेगळा असू शकतो आणि आता आहारशास्त्र सुद्धा 'फुड ग्रुप्स्' ना महत्त्व देत नाही, तर 'फुड सिस्टीम्स्'ना (जेवणा-खाण्याची पद्धत, प्रणाली) केंद्रस्थानी ठेवते. 'पॉझिटिव्ह नायट्रोजन बॅलन्स' राखण्यासाठी 'कॅलरीज' वर मर्यादा घालून चालणार नाही. वेळेवर झोपणे आणि 'अक्टिव्ह' असणे अपरिहार्य आहे. या गोष्टींना कदाचित 'सोशल मीडिया'वर स्थान मिळणार नाही. पण सत्याकडे डोळेझाक करून चालणार नाही.

'पॉझिटिव्ह नायट्रोजन बॅलन्स' ठेवण्यासाठी 'जास्त प्रोटीन' खाण्यास सांगतात. कारण प्रोटीन्समध्ये नायट्रोजनचे प्रमाण जास्त असते. (पॉझिटिव्ह नायट्रोजन बॅलन्स शरीरात प्रोटीन्स्चा साठा राखणे) शरीराला पुरेसे कार्बोहैड्रेटस् फॅटस् मिळाले नाहीत, तर ऊर्जानिर्मितीसाठी शरीर स्नायूंचा उपयोग करते. असे झाले की शरीर 'निगेटिव्ह नायट्रोजन बॅलन्स' अवस्थेत जाते.

एखादे अंडे रोज खा, ग्लासभर दूध प्या, प्रोटीन-रीच अन्नपदार्थ खा, असा उपदेश देणे फार सोपे असते. कारण एका महत्त्वाच्या सत्याकडे दुर्लक्ष केले जाते आणि ते म्हणजे परिपूर्ण आहार, झोप आणि व्यायाम तुमच्या दैनंदिनीचा भाग नसेल तर अन्नपदार्थामधली अमायनो ॲसिडस् पॉझिटिव्ह नायट्रोजन बॅलन्स निर्माण करण्यास असमर्थ ठरतात. पॉझिटिव्ह नायट्रोजन बॅलन्स नसेल तर गर्भाची वाढ योग्य तऱ्हेने होत नाही. आपला असा गैरसमज आहे की, आपण जे खातो, ते सारे शरीरात सात्म्य होते.

> आपण प्रोटीन्स् खाल्ली म्हणजे ती आपल्या शरीराला मिळाली आणि ती गर्भाची वाढ आणि संरक्षण करतीलच असे नाही. कारण गरोदर अवस्थेत प्रोजेस्टेरोनची पातळी उच्च असल्यामुळे ॲसिडिटीची पातळी वाढलेली असते. पचनसंस्थेचे काम सुद्धा योग्य तऱ्हेने होतेच, असे नाही.

प्रोटीन्स् च्या बाबतीत एक महत्त्वाचा मुद्दा लक्षात घ्यावा लागतो तो म्हणजे डायजेस्टीबिलिटी रेशो. (म्हणजे खाल्लेले आणि पचलेले यामधले गुणोत्तर).

हा वाढीव ठेवण्यासाठी आवर्जून करायला हवी ती गोष्ट म्हणजे प्रोटीन्स् हे आपल्या जेवणातला एक भाग म्हणून खाण्यात यायला हवेत, नुसते प्रोटीन्स् खाऊन उपयोग होत नाही.

परत फिरून एकाच मुद्द्यावर येते तो म्हणजे सगळं खा किंवा मी म्हणते सूज्ञपणे खा. लेबलवर लिहिलेल्या माहितीपलीकडे जाऊन विचार करा.

४) काही खास व्हिटॅमिन्स् घेऊ का?

जर आपण केस-नखांसाठी एक, 'डायलिसिससाठी दुसरा आणि गरोदरपणात खास बनविलेला फॉर्म्युला घेतला, तर ती सप्लीमेन्ट इन्डस्ट्रीसाठी आनंदवार्ताच ठरेल. व्हिटॅमिन आणि कोलाच्या मार्केटिंगमध्ये साधर्म्य आहे. वर्षानुवर्षे आपण एकच कोला पीत आहोत, पण कंपनी तोच कोला वेगवेगळ्या प्रकारच्या पद्धतीने, बाटल्यांमध्ये, आकारांमध्ये पुरवते आणि आपल्याला वाटते आपण पीत आहोत तो खास आहे. मात्र कुठच्याही बाटलीमधून कोला पोटात गेला तरी तो अन्नामधील पोषकद्रव्यांच्या अभिशोषणात अडथळा आणतो. कोलात आणि व्हिटॅमिन्स्मध्ये फरक हा की, व्हिटॅमिन्स् कुठच्याही प्रकारे पोटात गेली तरी पोषणद्रव्यांच्या अभिशोषणात मदत करतात.

एकूणच स्त्रीच्या 'पुनरुत्पादन' काळात ज्या व्हिटॅमिन्स्ची तिला गरज भासते, तीच व्हिटॅमिन्स् गरोदरपणातही घ्यावी लागतात — व्हिटॅमिन D, B (यातले अधिक आवश्यक B9 फॉलिक ॲसिड), कॅल्शियम, आयर्न तुमची ऐपत असेल तर गरोदरपणासाठी खास बनविलेला फॉर्म्युला खुशाल घ्या. पण तुम्ही नियमितपणे जर 'सप्लीमेन्टस्' घेत असाल तर तीच चालू ठेवा.

एक लक्षात ठेवायचे की, 'सप्लीमेन्ट' हे आहाराला पर्याय नाही तर पूरक आहे. बरोबरीने व्यायाम, झोप, सकारात्मकता याकडे सुद्धा लक्ष द्यायचे आहे.

५) सकाळी उठल्या उठल्या मळमळ, उलटी असे का होते?

शरीरातील हार्मोन्स्मध्ये बदल होत असल्यामुळे असे होणे नैसर्गिक आहे. उच्च प्रोजेस्टेरोन आणि ग्रोथ हार्मोन्स् वाढल्यामुळे शरीरास ॲसिडिटीची पातळी खाली आणण्यास अडथळा होतो. मात्र आहाराच्या सवयींनुसार हा त्रास वाढतो किंवा कमी होतो. फक्त हार्मोन्स् नव्हे, तर चुकीची जीवनशैली सुद्धा झोपण्यापूर्वी यास कारणीभूत ठरते. रात्री निवांत झोपण्यावर भर द्या. किमान एक तास सर्व गॅजेटस् बंद करा. यामुळे हार्मोन्स् संतुलित होण्यास मदत होईल. दुपारच्या जेवणानंतर १५-२० मिनिटांची डुलकी काढा. आणि शेवटचे पण अत्यंत महत्त्वाचे म्हणजे 'पॅकेज्ड फुड' पूर्णपणे बंद करा.

६) उठल्या उठल्या होणारी मळमळ, त्रास कमी करण्यासाठी काही विशेष करू शकतो का?

हो, नक्कीच

a) उठल्यावर फळ/सुकामेवा खा. दोन तासांनंतरच चहा-कॉफी घ्या.

b) दुपारच्या आणि रात्रीच्या जेवणात एखादा चमचा जास्त तूप घ्या. रक्तातील साखर स्थिर राहील, भराभर वाढणार नाही.

c) सकाळी ११ च्या सुमारास कोकम सरबत प्या. त्यात सैंधव मीठ घाला.

d) गरम पाण्याने अंघोळ करा. अंघोळीच्या पाण्यात पातीचहा (लेमनग्रास) घाला. तन-मन ताजेतवाने होईल.

e) अंघोळीनंतर करंगळीवर थेंबभर तूप किंवा खोबरेलतेल घेऊन कानात घाला व हलके गोलाकार फिरवा.

७) जास्त 'फॉलिक ॲसिड'ची गरज वाटते का?

एकूणच आहार पोषकद्रव्यांनी आणि अर्थात् फॉलिक ॲसिडने समृद्ध हवा. फक्त फॉलिक ॲसिडच्या सप्लीमेन्टवर अवलंबून राहू नका, नैसर्गिकरीत्या

आहारातून आलेल्या 'फॉलिक ॲसिड'ला पूरक म्हणून गोळ्या घ्या. फॉलिक ॲसिडचे स्रोत – बीट रूट, हंगामी भाज्या आणि दुर्लक्षित स्रोत म्हणजे शिजवलेली मूग, मटकी, चवळीसारखी कडधान्ये. फॉलिक ॲसिडची कार्ये B12 च्या साहाय्याने होत असल्यामुळे दही, ताक आणि परत मोड काढून उकडलेल्या कडधान्यांना विसरून चालणार नाही. सगळ्या पोषकद्रव्यांची कार्ये एकमेकांवर अवलंबून असतात. एखाद्या कंपनीतले 'निर्मिती कार्य' जसे इतर डिपार्टमेंटस् च्या सहकार्याने चालते, तसेच नेमके इथे होते.

काही अहवालांनुसार 'फॉलिक ॲसिड'च्या अतिसेवनामुळे गर्भाला फायदा होण्याऐवजी नुकसान पोहोचते. पण माझा तर्क आहे की, या स्त्रियांचा आहार परिपूर्ण नसावा आणि त्यांचा फक्त फॉलिक ॲसिडची गोळी घेण्यावर भर असावा.

८) कधीकधी स्तनाग्रांना आणि बेंबीला खाज सुटते, काय करावे?

यात अनैसर्गिक काहीच नाही, पण चार-चौघांत पंचाईत होते, संकोच वाटतो. खाज येण्याचे कारण हार्मोन्स्मधील बदल हेच आहे. आहार पुरेसा पोषकद्रव्यांनी समृद्ध नसेल, तर मात्र अधिक कोरडेपणा येतो आणि स्तनाग्र लाल होणे, छोटी जखम होणे, असे प्रकार घडतात. यावर मात करण्यासाठी काही सोपे उपाय आहेत.

- अंघोळीपूर्वी कच्च्या घाणीवरील तीळाच्या किंवा खोबरेल तेलाने शरीराला मसाज करा. कुठचेही वासाचे साबण, क्रीम, तेल टाळा. कारण त्यातील रसायनांमुळे अधिक त्रास होऊ शकतो.
- रात्रीच्या जेवणाबरोबर आठवड्यातून २ ते ४ वेळा व्हिटॅमिन E घ्यावे. व्हिटॅमिन D ची पातळी तपासून पाहावी. दुपारच्या जेवणात १००० IU ची सप्लीमेन्ट घ्यायला हरकत नाही.
- दिवसातून एकदा भिजविलेले बदाम किंवा अन्य सुकामेवा खा. त्यातील 'फायटोस्टिरॉल्स्' आणि 'इसेन्शियल फॅटस्' तुम्हाला मदत करतील. तीळ/शेंगदाणे/सूर्यफूल बिया यापैकी एखादी चटणी हेसुद्धा नकळत आधार देईल.
- योगासने हार्मोन्सूचे संतुलन करतात. त्वचेसाठी आणि पचनासाठी देखील उपयुक्त ठरतात. विशेषेकरून विपरीत स्थितीतील आसने (Inversions) करावीत.
- आणि अर्थात् परिपूर्ण आहार वेळेवर घ्या.

भूक

गरोदरपणात रक्ताचे आकारमान ॲम्निऑटिक फ्ल्युईड इ. मुळे वाढते. पाण्याच्या प्रमाणात झालेला बदल भुकेत बदल घडवतो. म्हणून अर्थात् खाण्याचे प्रमाण बदलते. खाण्याच्या प्रमाणावर शरीराचे पोषण होते, रक्ताचे आकारमान वाढते आणि ॲम्निऑटिक फ्ल्युईड योग्य प्रमाणात राहाते. ऋतू, खाण्याची वेळ, ताणतणाव इ. घटकही भुकेतील बदलास कारणीभूत होतात. तुम्हाला दोघांसाठी, क्वचित तिघांसाठी, खायची गरज नाही. कधी खूप जास्त, कधी खूप कमी, तर कधी नेहमीसारखी भूक लागेल. गरोदरपणात भूक कमी-जास्त होते, याचे भान ठेवा आणि त्यावर फार विचार करू नका. शिस्तबद्ध जीवनशैली ठेवली आणि फार काही उलटसुलट केले नाहीत तर भुकेतील ह्या बदलांसाठी औषधाची गरज पडणार नाही. (आपल्यामधील जलतत्त्व आणि चंद्र यांचे एक नाते आहे. नीट निरीक्षण केल्यास, चंद्राच्या कलेप्रमाणे भूक बदलते असे तुम्हाला आढळेल.)

पहिल्या ट्रायमेस्टरसाठी सर्वाधिक महत्त्वाचे तीन अन्नघटक

– हे पुस्तक लिहिताना माझ्या लक्षात आले की, प्रत्येक ट्रायमेस्टर बद्दल माहितीचा महापूर आलेला आहे; मग ते हार्मोन्स्, पोषकद्रव्ये, गर्भावस्था काहीही असो; परंतु भारतीय चालीरीतिनुसार काय खावे-प्यावे याचा तीळमात्र उल्लेख कुठे आढळत नाही. हार्मोन्स्मधील बदल आणि गर्भाची वाढ जगात एकाच प्रकारे होत असली, तरी आहार मात्र स्थानिक रीतिरिवाजांनुसार घ्यायला हवा. स्वयंपाकघराच्या माळ्यावर पडून राहिलेले याबद्दलचे ज्ञान परत आचरणात आणायला हवे. बोलीभाषेतून त्याचे रूपांतर आहारशास्त्राला साजेसे करायला हवे. स्त्रीच्या या अवस्थेत तिला भावनिक आधार मिळण्यासाठी आणि योग्य पोषणासाठी त्याचा उपयोग होईल.

प्रत्येक ट्रायमेस्टरसाठी मी तीन अन्नघटक सुचवतेय ज्यांचा वापर तुमच्या रोजच्या आहारात व्हायला हवा. त्यासाठी मी पुढे आहारनियोजन दिले आहे. आहारनियोजनात तुमच्या दैनंदिनीनुसार फेरफार करायला काहीच हरकत नाही. मात्र रोजच्या धावपळीतही हे तीन घटक खाल्ले गेले पाहिजेत.

पहिली ट्रायमेस्टर ही थोडी आव्हानात्मक असते. एकदा गर्भ स्थित झाला की

पुढे गर्भाची वाढ नैसर्गिकरीत्या होत राहाते. ही पहिली ट्रायमेस्टर त्रासाविना व्हावी यासाठी काही पदार्थ तुम्हाला नक्की मदत करतील.

T = Trimester (तिमाही)

F = Food (अन्नघटक)

$T_1 F_1$ - हिंग/Asafoetida

घराघरांत वापरला जाणारा हा मसाल्याचा पदार्थ असून, त्यात अँटिबॅक्टेरिअल, अँटिव्हायरल गुणधर्म आहेत. पचनासही हिंग मदत करतो. यामुळे मळमळ कमी होते, पोट जड होत नाही आणि भूक वाढते. डाळीला फोडणी देताना हिंग वापरल्यामुळे डाळीतील पोषकद्रव्ये शोषली जातात. T1 मध्ये क्वचित येणाऱ्या थकव्यावर, उदासीनतेवर, मलूलपणावर मात करता येते.

हिंग कसा वापरावा.

- ताकात हिंग व थोडे काळे मीठ घालून प्यावे. ॲसिडिटी कमी होईल.
- आमटी-भाजीच्या फोडणीत हिंग घालावा.
- खोबरेल तेलात चिमूटभर हिंग घालून पोटावर बेंबीभोवती चोळावे.

$T_2 F_2$ – नाचणी/रागी/मंडुआ/Finger Millet

भारत नाचणी पीक काढण्यात अग्रेसर आहे. मात्र या उत्तम धान्याबद्दल शहरी लोकांना फारशी माहिती नाही. किंवा 'ग्लुटेन फ्री' चे 'फॅड' येईपर्यंत माहिती नव्हती असे म्हणणे जास्त संयुक्तिक ठरेल. नाचणी पोषकद्रव्यांनी समृद्ध असून, त्यामध्ये प्रेग्नन्सीच्या या अवस्थेत लागणारे कॅल्शियम, आयर्न, अमायनो ॲसिड्स, चोथा इ. भरपूर प्रमाणात आहे. नाचणीमुळे भूक नियंत्रित राहून वाजवीपेक्षा जास्त खाल्ले जात नाही. शिजवायला, पचायला सोपी असून, ट्रायग्लिसराईड्स (रक्तातील फॅट-चरबीचे प्रमाण) वाढू देत नाही ज्यामुळे मधुमेह टळतो. नियमित घेण्याने बाळंतपणानंतर दूध वाढण्यास मदत होते. म्हणून पहिल्या ट्रायमेस्टरपासून आठवड्यातून दोनदा तरी घ्यावी.

नाचणी कशी वापरावी

- नाचणीच्या भाकऱ्या किंवा थोडी कणीक मिसळून पोळ्या करू शकता, अर्थात भाकऱ्या-पोळ्या करायची थोडी सवय हवी. डोसा करायला सोपा आणि चटणीबरोबर खाल्ला की पोळी-भाजीला पर्याय होऊ

शकतो. कर्नाटकात नाचणी मुद्दे शेंगदाण्याच्या चटणीबरोबर खायची पद्धत आहे. हलके जेवण होऊन जाते.

- नाचणीला मोड काढून फ्रिझमध्ये ठेवू शकता. त्याचे सत्त्व, कांजी, आंबील काहीही बनवा आणि हो, नवऱ्यालाही हे करायला शिकवू शकता.
- तीळ, शेंगदाणे, बदाम, खोबरे नाचणीच्या पीठात घालून लाडू करा. ग्लुटेन फ्री/मिरॅकल सीड्स/कॅल्शियम रीच/टेस्टी/२ मिनिट्स/डेअरी फ्री कॅल्शियम अशा नानाविध उपाध्या या लाडवांना चिकटवू शकाल.

T_3F_3 – बीट

बीट मध्ये बीटालेन नावाचे फायटोन्युट्रीएन्ट भरपूर प्रमाणात आहे यामुळे त्याला अँटीऑक्सिडन्ट, डीटॉक्स एजन्ट, अँटिइन्फ्लेमेटरी असे गुणधर्म प्राप्त होतात. बीट जरी आयर्नचा स्रोत नसला, (पाने आहेत) तरी त्यात फॉलिक ॲसिड भरपूर आहे. त्यात मँगनीझ, मॅग्नेशियम, कॉपर ही खनिजे आणि व्हिटॅमिन C, B6 आहे. ही पोषणमूल्ये एकत्रितपणे मज्जासंस्थेला बळ देतात, व्हेरीकोज व्हेन्स आणि पोटऱ्यांमधील दुखण्यास मज्जाव होतो. बीटची पाने मिळाली तर पालकासारखी त्याची भाजी करून खा. त्यामध्ये आयर्न आणि इतरही खनिजे आहेत.

बीट कसे वापरावे

- नुसते शिजवून जेवणात अथवा अधे-मधे भूक लागली की खावे.
- बीट पोरीयाल ही सहज शिजणारी पौष्टिक भाजी आहे.
- खिचडीत, भातात, पुलावात बीटचे तुकडे घालू शकता.
- बीटची कोशिंबीर, दाण्याचे कूट आणि खोबरे घालून किंवा दही घालून तोंडी लावणे म्हणून घ्यावी.

T_1 आहार–नियोजन

वेळ	आहार + पूरक औषधे	विशेष टिप्पणी
१) उठल्याबरोबर ६-६॥ वाजता	सुके अंजीर किंवा ताजे फळ किंवा सुकामेवा *एक चमचा गुलकंद	सुकामेवा तसेच केळ्यासारखी ताजी फळे हा मॅग्नेशियमचा स्रोत आहे. *ॲसिडीटी फार वाढली

वेळ	आहार + पूरक औषधे	विशेष टिप्पणी
		असेल, तर फळे २०-३० मिनिटांनंतर खा. उठल्याउठल्या गुलकंद खा. त्यामुळे ॲसिडीटी कमी होईल.
२) ब्रेकफास्ट दीड तासाच्या आत	रागी/नाचणी सत्त्व किंवा दलिया कडक पाव किंवा *पोहे किंवा ज्वारीच्या लाह्या आणि दूध	परिपूर्ण आहार दिवसाची दमदार सुरुवात. *खूप ॲसिडिटी वाढली असेल, मळमळत असेल, तर हा पर्याय.
३) १०॥ च्या सुमारास	कोकम सरबत/ शहाळ्याचे पाणी खोबऱ्यासकट	ॲसिडिटी, पोटाचे जडत्व कमी होते. विषद्रव्याचा निचरा होतो.
४) दुपारचे जेवण ११ ते १ च्या दरम्यान	नाचणीची/ज्वारीची भाकरी, भाजी ताक. ताकात हिंगाष्टक किंवा *दही-भात-भाजी + vit-D 1000 IU	भाकरीवर तूप घ्या. घरी लावून न्या किंवा ऑफिसमध्ये बाटली ठेवा. यामुळे दुपारी आळसावणार नाही आणि गोड खावेसे वाटणार नाही. हिंगाष्टक म्हणजे हिंग + सैंधव + मसाल्याचे (मिरी इ.) पदार्थ. आतड्यातील उपयुक्त जंतूंसाठी (gut bacteria) पोषक *खूपच ॲसिडिटी वाढल्यास
५) दुपारी ३ वाजण्याच्या सुमारास	चणे-दाणे किंवा ताजे फळ किंवा घरी केलेला लाडू	या वेळेस चहा/कॉफी घेऊ शकता. चहात आले/ पातीचहा घातला तर ॲसिडिटी उतरते आणि ताजे-तवाने वाटते. ऑफिसमध्ये चहा पीत

वेळ	आहार + पूरक औषधे	विशेष टिप्पणी
		असाल तर एकदा केलेल्या चहातली पावडर परत वापरत नाहीत याची खात्री करा.
६) संध्याकाळी ५-६ वाजता	अंडे-टोस्ट किंवा चटणी-टोस्ट किंवा केळे किंवा पोहे किंवा ताज्या फळाचे मिल्कशेक vit-B फॉलिक ॲसिड सह	या वेळचे खाणे खूप महत्त्वाचे. कारण कॉर्टीसॉलची पातळी कमी होते आणि प्रोटीनची झीज होत नाही. आठवड्यातून एकदा घरगुती तळलेले खाण्यास हरकत नाही.
७) रात्रीचे जेवण ७ ते ८.३०	खिचडी + शिजवलेले बीट किंवा नाचणी डोसा आणि पनीर भुर्जी किंवा भात आणि कडधान्याची आमटी + लोणचे *भाताची पेज + तूप + vit-C 500 mg.	पचण्यास सोपे आणि पौष्टिक नं. ६ व नं. ७ चे खाणे आठवडाभर आधी ठरवावे. नवऱ्यानी २-३ वेळा हातभार लावावा. *ॲसिडिटी किंवा बरे नसल्यास
८) झोपण्यापूर्वी भूक लागल्यास	हळद घालून दूध कॅल्शियम सायट्रेट 1000 mg	दुधातील हळदीमुळे शरीराला सूज येत नाही. दुसऱ्या दिवशी सकाळी मळमळ होण्याची शक्यता कमी करते.

T_1 साठी महत्त्वाच्या सूचना

शक्य असेल तेथे स्थानिक पर्यायांचा विचार करा.

जितके घराच्या आसपास पिकलेले खाल, तेवढे उत्तम. लाल सालीचे केळे किंवा वेलची केळे आसपास मिळाले तर ते खा. ऋतुनुसार जांभूळ, बोरे,

सीताफळ, आंबा, फणस, इ. फळे खा.

विदेशी फळे-भाज्या खाऊ नका. उदा. अॅव्होकॅडो, किवी, ब्ल्युबेरीज इ.

टोमॅटो, कांदा, काकडी या कच्च्या भाज्या सकाळच्या जेवणात कमी प्रमाणात खा. रात्री खायच्या तर कोशिंबीरीच्या स्वरूपात खा. इतर कुठच्याही भाज्या कच्च्या खाऊ नका.

आठवड्यातून किमान दोन वेळा सुरण, रताळं, अळकुड्या या प्रकारच्या भाज्या खा. या भाज्या T_1 मधील हार्मोन्ससाठी हितकारक असून, अॅसिडिटी कमी करतात.

चाट/तळलेले खायची इच्छा झाल्यास संध्याकाळी ५-६ च्या सुमारास घरी करून खा.

रवा-नारळ, बेसन अथवा नाचणी लाडू T_1 मध्ये खाणे श्रेयस्कर आहे.

कडक पाव किंवा पोई हा स्थानिक बेकरीत मिळणारा पाव इतर प्रकारच्या पावांपेक्षा बरा, कारण त्यात व्हिटॅमिन B असते.

सप्लीमेन्ट्स दुपारनंतर घेणे योग्य, कारण तोपर्यंत सकाळची मळमळ, उलटीची भावना कमी झालेली असते.

पुरेसे पाणी प्या. लघवी साफ होतेय याकडे लक्ष द्या.

लोणचे घरी केलेले अथवा विश्वासू ठिकाणाहून घ्यावे. त्यात प्रक्रिया केलेले मीठ नसावे.

तूप घरी कढवलेले असावे किंवा लहान गोशाळांमधून (देशी गायी असलेल्या) मिळणारे घ्यावे. यामधून योग्य ती इसेन्शिअल फॅटी अॅसिड्स मिळतात. मोठ्या प्रमाणात तुपाचे उत्पादन करणाऱ्या कंपनीचे तूप वापरू नये.

T_1 साठी पारंपरिक पदार्थ

ह्या पदार्थांची कृती संपूर्ण भारतातील तसेच जगातील भारतीय स्त्रियांनी पाठविलेली आहे. गरोदरपणात आणि बाळंतपणात काय खाणे योग्य याचा विचार यामध्ये केलेला आहे. लवकर होणाऱ्या, पौष्टिक आणि सोप्या अशा या पाककृती असून, पिढ्यान् पिढ्या त्यांची उपयुक्तता सिद्ध झालेली आहे.

पाककृती क्र. १ – तूप-भात

–राखी विनय, केरळ/कॅनडा

ऋजुता म्हणतेय – थंडावा देणारा तूप-भात अॅसिडिटी सुद्धा नैसर्गिकरीत्या

कमी करतो.

कृती

- घरी कढवलेले थोडे तूप कढईत घ्या. गरम करा.
- तूप वितळले की लहान कांद्यांचे दोन भाग करून त्यात घाला. सोनेरी रंगावर परता, छान वास सुटेल. अंदाजे १० मिनिटे लागतील.
- शिजलेला भात घालून ढवळा.
- कढीपत्ता पाने, चवीला मीठ घाला.
- गॅस बंद करून गरम गरम वाढा.

पाककृती क्र. २ – मुराकाकेराय साग (शेवग्याचा पाला)

–रिचा रूंगटा, चेन्नई

ऋजुता म्हणतेय – खनिजांनी समृद्ध अशी ही भाजी हिमोग्लोबीनची पातळी वाढवेल. कॅल्शियमचा उत्तम स्रोत

कृती

- १ मोठी वाटी शेवग्याचा कोवळा पाला आणि एक चिरलेला कांदा घ्या.
- कढईत तूप गरम करा.
- जिरे आणि १-२ काश्मीरी मिरच्या घाला.
- कांदा घालून परता
- चवीला मीठ घाला
- शेवग्याचा पाला घालून परता (५-१० मिनिटे)
- गॅस बंद करून पोळी/भाकरीबरोबर गरम भाजी वाढा.

शरीरात दुखत-खुपत असेल तर त्याला आळा बसेल. बाळाला जावळ चांगले येईल. शरीरातील पाण्याचे प्रमाण योग्य राहील.

पाककृती क्र. ३ – पंचामृत

–मुक्ताई खांडेकर बदरयानी, न्यूयॉर्क

ऋजुता म्हणतेय – हार्मोन्स संतुलित राहाण्यासाठीचे हे गुपित आहे.

कृती

- चांदीची वाटी स्वच्छ धुवून घ्या.
- त्यात प्रत्येकी एक चमचा मध, दही, साखर, २ चमचे गायीचे तूप आणि ७-८ चमचे दूध (उकळवून थंड केलेले) घ्या. एखादी केशराची कांडी घाला.

- एकत्र करून रात्रभर चांदीच्या वाटीतच राहू द्या.
- उठल्याबरोबर प्रातर्विधी आटोपून सर्वप्रथम पंचामृत घ्या. ज्यायोगे पोषकद्रव्यांचे अभिशोषण योग्य प्रकारे होईल.
- दूध गरम नसावे. दही असल्यामुळे सर्व मिश्रणाचे दह्यात रूपांतर न होण्यासाठी ही काळजी घ्यावी.
- हेच मिश्रण त्वचेला मसाज करण्यासाठीही वापरता येईल. (खास स्तनाग्रांसाठी)

पाककृती क्र. ४ – बीटचा रायता

–अंकिता दिवेकर काब्रा, सूरत

ऋजुता म्हणतेय – भाजीला पर्याय होऊ शकतो.

पोषकद्रव्यांनी समृद्ध आणि करायला सोपी. नवरा सुद्धा सहज करू शकतो.

कृती

- दोन वाट्या भरून शिजवून साली काढलेल्या बीटचा कीस घ्या.
- १ वाटी दही घाला.
- चवीला मीठ, साखर, बारीक कापलेली मिरची कोथिंबीर घालून मिश्रण ढवळा.
- तूपाची जिरे-हिंग घालून फोडणी करून त्यावर घाला आणि नीट ढवळा.

पाककृती क्र. ५ सुरणाचे काप (याम)

–ऋजुता दिवेकर, मुंबई

ऋजुता म्हणतेय : नवऱ्यांचा सहभाग स्वयंपाकघरात असावा यासाठी ही पाककृती. बायकोला फार भूक नसेल तेव्हा नुसतेच काप खाऊ शकते किंवा दही-भाताबरोबर तोंडी लावणे म्हणून घेऊ शकते.

कृती

सुरणाचे काप 'स्टार्टर्स' म्हणून खाऊ शकता किंवा आमटी-भाताबरोबर खाऊ शकता.

- सुरणाचे साल काढा.
- मोठे तुकडे करा
- प्रेशर कुकरमध्ये शिजवा आणि थंड करा.
- १/४ इंच जाडीचे लांब काप करा.

- बिडाच्या तव्यावर तेल घालून कुरकुरीत होईपर्यंत परता.
- वरून तिखट-मीठ घाला.
- गरम गरम खायला द्या.

अशाच प्रकारे कच्च्या केळ्याचे, बटाट्याचे काप करू शकता. प्रेशर कुकरमध्ये न शिजवता अर्धातास तिखट-मीठ-हळद लावून ठेवायचे व रव्यात/तांदळाच्या पीठात घोळवून परतायचे.

आयर्न सप्लीमेन्ट बद्दल विशेष टीप

सरसकट सर्व गरोदर स्त्रियांना आयर्न सप्लीमेंट्स् दिल्या जातात. प्रश्न असा आहे की, खरोखर प्रत्येकीला आयर्न सप्लीमेंटची गरज असते का? वैज्ञानिक अहवालांवर नजर टाकली की उत्तर मिळते – नाही. गरज नसते. गरोदर स्त्री ही अतिसंवेदनशील झालेली असते आणि त्यामुळे अर्धवट माहितीला ती बळी पडत असते. बरेच डॉक्टर्स आधीपासून घेत असलेल्या सप्लीमेन्टस् निकालात काढून फक्त आयर्न, कॅल्शियम आणि फॉलिक ॲसिड चालू करतात आणि आपणही त्याबद्दल प्रश्न उपस्थित करत नाही. आयर्न सात्म्य होण्यासंबंधीचे शिक्षण देणे म्हणून उचित ठरेल.

गरोदर आणि अंगावर पाजणाऱ्या स्त्रियांना रोज २०-३० मिलिग्रॅम आयर्नची गरज असते. शारीरिक आव्हाने पेलण्यासाठी एवढे तरी मिळायला हवे. हिमोग्लोबीन कमी झाले (ॲनिमिक कंडीशन) की शरीराला ऑक्सिजन आणि पोषकद्रव्यांचे वहन करणे कठीण जाते, थकवा येतो. प्रतिकारशक्ती कमी होते. नवजात बाळाचे वजन कमी भरते; परंतु हे परिणाम ॲनिमिया लांबला तर आणि हिमोग्लोबीन फार कमी झाले, तरच दिसून येतात.

> गरोदर होण्यापूर्वी, पहिल्या ट्रायमेस्टरमध्ये तसेच प्रसूतिपश्चात हिमोग्लोबीनची पातळी ११ किंवा त्यापेक्षा जास्त असणे अपेक्षित आहे. दुसऱ्या ट्रायमेस्टरपासून १०.५ ही पातळी सामान्य गणली जाते. कारण रक्ताचे आकारमान वाढलेले असते आणि हिमोग्लोबीनची पातळी रक्ताच्या आकारमानानुसार कमी-जास्त होते.

आकारमान वाढले की साहजिकच 'कॉन्सन्ट्रेशन' कमी होते. हिमोग्लोबीनची

पातळी वर उल्लेखिल्याप्रमाणे असली, तर गोळी घेऊन ती वाढणार नाही हे समजून घ्या. आयर्न सप्लीमेन्टसच्या बाबतीत सिद्ध झाले आहे की, त्यांचा उपयोग हिमोग्लोबीनची पातळी ९ पेक्षा कमी ७ पर्यंत असेल तर होतो. ७ पेक्षा कमी असेल तर रक्त देण्याची गरज असते. आयर्न पिल्स चे इतर दुष्परिणाम आहेत, उदा. बद्धकोष्टता, अतिसार, मळमळ इत्यादी. आधीपासून सकाळी होणाऱ्या त्रासात आयर्नच्या गोळ्यांनी भर कशासाठी घालायची? या 'टीप' चा किंबहुना या पुस्तकाचाच हेतू हा आहे की निर्णय सत्याधारित घ्या, खुळापायी किंवा भीतीपोटी घेऊ नका.

आयर्नच्या अभिशोषणासाठी काही पूरक पोषकद्रव्यांची तसेच शिस्तबद्ध जीवनशैलीची आवश्यकता असते. त्यासाठी पुढील सूचनांचे अवलंबन करा.

- व्हिटॅमिन 'सी' आयर्नच्या अभिशोषणासाठी पूरक आहे. म्हणून पेरू, काजूफळ, आवळ्याचा मुरंबा, लिंबू सरबत इ. घ्या. व्हिटॅमिन 'सी' मुळे आयर्न अभिशोषण तिपटीने वाढते.
- व्हिटॅमिन 'बी१२'सुद्धा आवश्यक, म्हणून दही, ताक, कढी, घरी केलेला ढोकळा इ. आहारात ठेवा. लोणचे विसरू नका. उपयुक्त 'गट बॅक्टेरिया' वाढतील जे पोषकद्रव्यांचे अभिशोषण वाढवितात.
- व्हिटॅमिन 'ए' चे पूर्वस्वरूप म्हणजे कॅरोटिन्स सुद्धा आयर्न अभिशोषणात मदत करतात. म्हणून परंपरेने चालत आलेले रताळे, भोपळा, सीताफळ, रामफळ इ. पदार्थ खा.
- खनिजांनी आणि इसेन्शियल फॅट्सनी समृद्ध बिया आहारात असाव्यात. मोहरी, जिरे, तीळ, दुधी भोपळा व लाल भोपळा यांच्या बिया.
- लोखंडी कढईचा, तव्याचा वापर करा. यामुळे अन्नातील 'आयर्न' वाढेल.
- रोज सुकामेवा अधे-मधे भुकेच्या वेळेस खा. त्यात आयर्नसह इतरही पोषकद्रव्ये आहेत. शेंगदाणे-खोबरे-गूळ हे सुद्धा पोषक आहे.
- आतड्याचा अंत:स्तर निरोगी राहाण्यासाठी व्यायाम आणि झोप यथायोग्य प्रमाणात ठेवा. यामुळे गट बॅक्टेरियाचे वैविध्य आणि प्रमाण वाढते. शरीराची प्रत्येक पेशी पोषकद्रव्यांच्या शोषणास सज्ज होते.
- लॉकरमधून बाहेर काढून चांदीची ताटे, वाट्या वापरायला सुरुवात करा. कारण आयर्नच्या अभिशोषणाबरोबर ती संसर्गजन्य रोगांना, ॲलर्जींना

लांब ठेवतील.

आयर्नच्या शोषणात अडथळे आणणाऱ्या गोष्टी (या गोष्टी करत असाल तर आयर्नच्या गोळ्यांचाही काडीमात्र उपयोग होणार नाही)

- आहार ज्यात वर उल्लेखिलेल्या पोषकद्रव्यांचा अभाव. बऱ्याच शाकाहारी स्त्रिया गरोदरपणात प्रोटीन्ससाठी म्हणून अंडे खायला चालू करतात, पण अंड्यातील फॉस्व्हायटिन आयर्नच्या शोषणात अडथळा निर्माण करते. याला 'एग फॅक्टर' असे म्हणतात. मुख्य म्हणजे तुमची आहारपद्धती बदलू नका, शाकाहार सोडून मांसाहार करणे किंवा उलटे करू नका. कारण तुम्ही एखादे पोषकद्रव्य मिळवण्याच्या नादात दुसरे किंवा अनेक पोषकद्रव्ये गमावता.
- धूम्रपान करू नका, धूम्रपान करणाऱ्यांच्या आसपास फिरकू नका. कारण त्या व्यक्तीने सोडलेल्या धुराचा तुम्हाला त्रास होईल.
- फोटॉन इनहिबीटर्स, अँटासीडस् (मॉर्निंग सीकनेससाठी) आयर्नच्या शोषणात अडथळा निर्माण करतात.
- व्यायामाचा अभाव, बैठी जीवनशैली आणि अपुरी झोप टाळा.
- फायबर रीच बिस्कीट्स, ब्रेड्स, सीरिअल्स सारखे प्रक्रिया केलेल पॅकेज्ड पदार्थ टाळा.
- कॉफी, चॉकलेट्स तसेच आरोग्यदायी समजला जाणारा ग्रीन टी विथ पॉलीफिनॉल्स टाळा.
- पालक, तुम्ही समजता तसा, आयर्नसाठी खूप चांगला आहे असं नाही. कच्च्या पालकाच्या किंवा इतर भाज्यांच्या रसातले आयर्न हे बांधीव स्वरूपात असल्यामुळे शरीरात सात्म्य होत नाही म्हणून हिरव्या-लाल रंगाचे रस घेऊ नका. मात्र पालक किंवा इतरही भाज्या शिजवल्याने त्यातील आयर्न सुटे होते.

तात्पर्य असे की, परंपरेनुसार आहार घ्या. जीवनशैली शिस्तबद्ध ठेवा आणि 'न्यूट्रिशन ट्रान्झिशन'चे बळी होऊ नका. न्यूट्रिशन ट्रान्झिशन म्हणजे आपल्या आजी-पणजी जे खात आल्या ते सोडून फॅशन मॅगझिन्समध्ये बोकाळलेला आहार घ्यायचा. बीग मदर, स्मॉल बेबी हा न्यूट्रिशन ट्रान्झिशनचा परिणाम असतो. म्हणजे बाळ ३ किलो सुद्धा नाही आणि आईचे वजन मात्र गरोदरपणात २५ किलोने वाढलेले असते.

दुसरी ट्रायमेस्टर (तिमाही – ४ था ते ६ वा महिना)

'शी, मला मंगेशने माझ्या पोटावर हात ठेवला ते अजिबात आवडलेले नाही आणि वर म्हणाला – मला काहीच जाणवत नाहीए – मूर्ख कुठचा!' नंदिनी म्हणाली. तिने त्याला सांगितले 'बाळाला तू आवडला नाहीस म्हणून त्याने तुला त्याचे अस्तित्व दाखविले नाही.' त्यावर मंगेश म्हणाला, 'हां, मुलगा असेल.' नंदिनी पार्टीत अस्वस्थ झाली. तिला पोटात बाळ हालचाल करत नाही म्हणजे गडबड तर नाही ना असे वाटू लागले. तेवढ्यात मंगेशची पत्नी मीरा तिच्याजवळ येऊन बसली. नंदिनीला मीरा खूप आवडायची. तिने मीराला आपल्या मनातली शंका बोलून दाखविली. मीराने तिच्या पोटावर हात ठेवला व तिला सुद्धा काही हालचाल जाणवली नाही. मात्र ती जोरजोरात हसू लागली आणि म्हणाली, 'अठरा आठवड्यांच्या गर्भारपणात गर्भाची हालचाल फारच क्वचित जाणवते. बावीस, कधीकधी पंचवीस आठवड्यांनंतर थोडीशी हालचाल जाणवायला लागते. अजिबात काळजी करू नकोस, पाहिजे तर तू तुझ्या डॉक्टरकडून खात्री करून घे. नंदिनी निवांत झाली....

आता दुसऱ्या तिमाहीतील प्रश्नोत्तरांकडे वळू या.

T2 साठी वारंवार विचारले जाणारे प्रश्न

१. आता मी 'वर्क आऊट' – जिममध्ये जाऊन व्यायाम' करू शकते का? त्यात काही धोका तर नाही?

बिलकुल नाही. धोका तर नाहीच, उलट आतापर्यंत चालू केला नसला तर आता आणखी उशीर करू नका. T1 मध्ये त्रास झाला असेल तर व्यायामाला सुटी दिली जाते. मात्र आता थोड्या प्रमाणात चालू करा. २० ते ३० मिनिटांपर्यंत करा. फार थकवा येईपर्यंत नको. तसेच अगदी आळसावल्यागत सुद्धा नको. मध्यममार्ग चोखाळा. जाणत्या, अनुभवी ट्रेनरच्या देखरेखीखाली, व्यायाम करणे या वेळेस अत्यावश्यक आहे. त्याला दिलेली 'फी' सत्कारणी लागेल. पण तुमच्या गरोदरपणाची त्याला कल्पना द्या. व्यायाम करणाऱ्या स्त्रियांची मुले सुद्धा काटक असतात. त्यांची प्रतिकारशक्ती चांगली असते.

तुमच्या क्षमतेनुसार आठवड्यातून ३ ते ५ वेळा व्यायाम करा. दिवसभर भरपूर चलनवलन (activity) झाले पाहिजे. ३० मिनिटे बसल्यावर ३ मिनिटे उभे राहा. घरात/ऑफिसात शक्य तितके चाला किंवा दिवसातून २० मिनिटे रमतगमत चाला.

व्यायाम न करणे, बसून राहाणे किंवा त्याहीपेक्षा दिवसभर लोळत पडणे यामुळे इन्स्युलिन सेन्सिटिव्हिटी (इन्स्युलिनची कार्यक्षमता) कमी होते. भरण-पोषणाला उत्तेजन मिळत नाही आणि हार्मोन्सचे असंतुलन होण्याची शक्यता वाढते. तुम्ही ॲक्टिव्ह नसलात, तर जेस्टेशनल डायबिटीस किंवा प्रसूतिपश्चात थायरॉईड होण्याची शक्यता जास्त असते.

व्यायाम म्हणजे रक्ताभिसरणाला, पचनाला चालना असते आणि नैसर्गिकरीत्या ब्लडप्रेशर कमी राहाते. म्हणून बसून राहू नका, फिरत्या राहा. तुम्ही गरोदर आहात, आजारी नव्हे.

२) डॉक्टरनी बेडरेस्ट सांगितली आहे, आता काय करावे?

डॉक्टरांशी बोला आणि बेडरेस्ट खरंच आवश्यक आहे का तुमच्या/कुटुंबीयांच्या अतिरेकी काळजी घेण्याच्या स्वभावामुळे ते तसे सांगत आहेत याची खातरजमा करा. डॉक्टर असा निवडा की तो तुमच्याशी बोलायला तयार असेल, तुमच्या प्रश्नांना उत्तरे देईल आणि समजून घेईल की, त्यांच्यासाठी जरी तो दैनंदिन मामला असला तरी तुमच्यासाठी जीवन-मरणाचा प्रश्न असतो. कंगना राणावत सारखा दृष्टिकोन ठेवा. कारण जोहरच्या कार्यक्रमात तिने सांगितले की, दिग्दर्शक हुकूमशहा नसावा तर बरोबरीच्या नात्याने काम करणारा असावा. तुमची नैसर्गिक प्रसूति डॉक्टरांच्या नावलौकिकात भर घालणारी असते. डॉक्टर हुकूमशाही वृत्तीचा असेल तर बदला. कारण या काळात तणावग्रस्त राहाणे परवडणारे नाही.

व्याख्यान लांबलेच जरा, मात्र लक्षात घ्या की, बेडरेस्टमुळे इन्स्युलिन सेन्सिटिव्हिटी कमी होईल आणि गुंतागुंत वाढेल. थोडा वेळ उभे राहिले, एखादी घरात चक्कर मारली तर चालेल ना हे डॉक्टरांना विचारून घ्या. बहुधा उत्तर होकारार्थी येईल. पण नकारार्थी आले तर पुढे विचारा की, हे काही दिवसांसाठी का पूर्ण नऊ महिन्यांसाठी आहे? नऊमहिने बेडरेस्ट असेल तर उपाय हा की, पडल्या-पडल्या शरीराच्या स्नायूंचे आकुंचन-प्रसरण करायचे. किमान तेवढी तरी

उत्तेजना मिळायला हवी. यामुळे शरीराचे थोड्या कमी प्रमाणात नुकसान होईल, इतकेच. प्रसूतिपश्चात हे नुकसान काही महिन्यांमध्ये भरून काढता येईल.

तुमच्या डॉक्टरनी जर बाथरूमपर्यंत जायची परवानगी दिली असेल तर याचा अर्थ शरीराची थोडीशी हालचाल करायला हरकत नाही, त्रास होईल अशी जास्त हालचाल मात्र टाळायला हवी. लक्षात घ्या की, चलनवलन/व्यायाम गर्भाकडे रक्तपुरवठा करण्यास महत्त्वाचा असतो. तसेच ब्लडप्रेशर वाढत नाही आणि बद्धकोष्ठता, मूळव्याध असे त्रास टळतात.

३) योगासनांचे वेळापत्रक कसे ठेवावे?

तुम्ही आधीपासून कोणाकडून योगासने शिकत असाल, तर तेच पुढे चालू ठेवा. 'अय्यंगार योगा फॉर मदरहुड' हे पुस्तक वापरा. खूप छान 'गाईड' आहे. मुंबईत राहाणाऱ्या स्त्रिया नशीबवान कारण 'अय्यंगार योगा सेंटर' मध्ये प्रेग्नन्सी क्लासेस चालू असतात. इथे प्रेग्नन्सीच्या विविध टप्प्यावरच्या स्त्रिया वेगवेगळी आसने करताना आढळतील. अर्थात कायमच सावधगिरी बाळगायला हवी. म्हणून चांगल्या योगशिक्षकाकडे जाणे आवश्यक ठरते; मग भले थोडा प्रवास करावा लागला, जास्त पैसे मोजायला लागले तरी हरकत नाही. तो वेळ किंवा पैसा सत्कारणी लागेल. 'अय्यंगार योगा फॉर मदरहुड'मध्ये तुम्हाला सगळी आवश्यक माहिती मिळेल. ॲसिडिटी, मधुमेह, मन:शांती यासाठी तसेच प्रत्येक ट्रायमेस्टरसाठी वैशिष्ट्यपूर्ण योगासनांचे नियोजन यात दिले आहे. त्यासंबंधी सविस्तर सूचना छायाचित्रांसह दिलेल्या आहेत.

४) प्रवास केला तर चालेल का?

प्रवासासाठी हा टप्पा योग्य समजला जातो. या महिन्यांमध्ये 'बेबीमून्स' ही आखले जातात. विमानाने लांबचा प्रवास करणार असाल तर भरपूर द्रवपदार्थ घेत राहा. कारण या प्रवासात 'डिहैड्रेशन' होण्याची शक्यता असते. गाडी घेऊन 'रोड ट्रॅव्हल' करणार असाल तर सलग प्रवास न करता मध्ये-मध्ये थांबत जा. बसून लांबवर गेल्यास कंबरदुखी उद्‌भवू शकते. योग्य आहार घेणे महत्त्वाचे असल्यामुळे अशा ठिकाणी जा जिथे ही सोय उपलब्ध असेल. नवीन पदार्थ चाखण्याची ही वेळ नाही. तसेच सी-फूड आणि सॅलड्स खाऊ नका. शक्यतोवर ओळखीच्या ठिकाणीच जा म्हणजे तुम्हाला तिथे काय खाण्यास उपलब्ध असेल याबद्दल माहिती असते. तुमच्या खास मागण्याही तिथे पुऱ्या होऊ शकतील. ज्या जागी 'बार' असतील तिथे जाऊ नका. कारण सिगरेटचा धूर किंवा मोठा आवाज

त्रासदायक ठरतात. अशी शहरे निवडा जिथे सार्वजनिक ठिकाणी धूम्रपानास बंदी आहे; नाहीतर सुटीची मजा घसा खराब होऊन किंवा अन्य त्रासाने बिघडून जाईल.

५) सासूबाई लाडू/हलवा खाण्याचा आग्रह करतात. असे पदार्थ खावे का? अर्थात, नक्की खा. सकाळी १०॥-११ च्या अथवा दुपारी ४-५ च्या दरम्यान खा. जेव्हा आहारातज्ज्ञ आणि तुमची आजी यांच्यात चुरस असेल, तेव्हा प्रत्येक वेळी आजीच जिंकते. कदाचित तुमच्या आजीकडून आलेले उपदेशामृत पुढच्या आवृत्तीत समाविष्ट होईल.

६) बद्धकोष्ठतेने हैराण झालेय, काय करू?

हे करा :

- जेवणापूर्वी एक भांडभर कोमट पाणी प्या.
- जेवणानंतर अर्धा चमचा गुलकंद खा.
- रात्रीच्या जेवणानंतर बी६ ची गोळी घ्या.

आणि तुमची समस्या दूर पळेल.

७) पाठदुखीला काय उपाय?

योग्य आहार-व्यायामाचा उपयोग होईलच पण पुढील गोष्टी करून पाहा.

- उभे राहाताना दोन्ही पायांवर सम प्रमाणात वजन पडेल असे बघा.
- मांड्यांच्या आतील स्नायूंची ताकद वाढवा. घरी असताना दोन मांड्यांमध्ये 'ब्लॉक' (जिममध्ये उपलब्ध असतो) घेऊन दाबा. योगासने करताना त्या स्नायूंवर विशेष लक्ष द्या.
- 'हॅमस्ट्रिंग्ज' (गुडघ्याच्या मागील बाजू)ची लवचिकता वाढवा.
- ऑफिसमध्ये बसताना पायाखाली स्टूल घ्या.
- पाणी भरपूर प्या. चहा, कॉफी, कोला कमी करा.
- एका जागी फार वेळ बसून न राहाता अधून-मधून उभे राहा.
- 'अय्यंगार योगा फॉर मदरहूड' मधली योगासने करा.
- कॅल्शियम ची गोळी घ्या.

T_2 साठी तीन महत्त्वाचे अन्नघटक

हे मधले तीन महिने गरोदपणातील सर्वांत सोपा काळ असतो, मात्र प्रसूती सहज, सोपी होणे - न होणे याच काळावर अवलंबून असते. तसेच प्रसूतिपश्चात तुम्ही किती लवकर 'फिट' व्हाल तेही हाच काळ ठरवतो.

या महिन्यांमध्ये आहारातील 'इसेन्शियल फॅट' वाढवायला हवे. याला बरीच कारणे आहेत. पण मुख्य कारणे – इन्स्युलिन सेन्सिटिव्हिटी वाढवणे, सांध्यांना मजबूती देणे आणि पाठदुखी टाळणे.

यासाठी इसेन्शियल फॅट्स आणि यात विरघळणारी व्हिटॅमिन्स A, D, E, K यांची गरज असते. त्वचेची तसेच केसांची काळजी घ्यायला ही पोषकद्रव्ये समर्थ असतात. निसर्गाने हा काळ तुम्हाला स्वत:ची काळजी घेण्यासाठी दिला आहे. स्ट्रेच मार्क्स, केस गळणे, चेहऱ्यावर डाग पडणे या गोष्टींवर तुम्ही नियंत्रण आणू शकता.

यासाठी नैसर्गिक सौंदर्यवर्धक गोळ्या उपलब्ध आहेत. ज्या ब्लड शुगर नियंत्रित ठेवतील, हाडे-सांध्यांना मजबूत करतील आणि त्वचा तुकतुकीत, ताजी-तवानी ठेवण्यासाठी आवश्यक अमायनो ॲसिड्स पुरवतील.

T2F1 – जायफळ

खीर, हलवा, लाडू अशा पदार्थांमध्ये वासासाठी जायफळ घातले जाते. ॲंटिऑक्सिडन्टस आणि खनिज्यांनी समृद्ध असे जायफळ पचनशक्ती वाढवते, केस गळणे थांबवते, त्वचेवरील सुरकुत्या कमी करते आणि ब्लडप्रेशर कमी करते. यात मेख अशी, जी सर्वच मसाल्यांना लागू होते, की त्यांचे प्रमाण अत्यल्प ठेवायचे असते. कमी मात्रेत त्याचे औषधी गुणधर्म लागू होतात. लाल पेशींच्या निर्मितीसाठी आणि थकवा दूर करण्यासाठी त्याचा उपयोग होतो.

कसे वापरावे –

- लाडू, खीर, हलवा इ. पदार्थांमध्ये वासासाठी
- दूध-बेसन-जायफळ त्वचा तुकतुकीत करते आणि खाज येण्यास प्रतिबंध करते (विशेष उपयोग खाज येणारी स्तनाग्रे व मांड्यांसाठी)
- झोपण्यापूर्वी दूधात जायफळ पावडर घालून प्या; निवांत झोप येईल.

T2F2 – तूप

मला माहितीए तुम्ही याची वाटच पाहात होतात. यातील शॉर्ट चेन फॅटी ॲसिड्स आतड्याचे कार्य सुधारतात. 'गट बॅक्टेरियाची वाढ होते आणि चरबी

कमी होण्यास मदत होते. पदार्थाची चव वाढते. तात्पर्य 'तूप' हे एक दैवी 'फॅट' आहे. तूपाचे फायदे तर अगणित आहेत, पण प्रेग्नन्सीत मुख्य फायदा – ब्लड शुगर संथ गतीने वाढते. ज्या योगे थायरॉईड आणि इन्स्युलीन हार्मोनचे कार्य व्यवस्थित चालते. इथे कळीचा मुद्दा हा की, तूप देशी गायीच्या 'फूल फॅट' दूधापासून तयार केलेले असावे. देशी गायीला पर्याय म्हैस. जर्सी किंवा होलस्टीन गायी नव्हेत. तूप घरी बनवा, शक्य नसल्यास लहान गोशाळांमधून घ्यावे.

कसे वापरावे –

- भातावर, पोळी/भाकरीवर चमचाभर घ्यावे. घरात आधीच्या पिढ्यांत मधुमेहाचा त्रास असेल तर थोडे जास्त घ्यावे. इसेन्शीयल फॅटमुळे इन्स्युलीनचे कार्य सुधारते.
- आमटी, भाजी, पुलाव इ. साठी तूप फोडणीला वापरू शकतो. अर्थात् लाडू, बर्फी इ. गोड पदार्थांमध्ये वापरावे.
- पायाचे तळवे रात्री तुपाने घासल्यास निवांत झोप येऊन बद्धकोष्ठता टळते.

T_2F_3 – Foxtail millet/कनगणी/कुट्टु/राळा/फॉक्सटेल मिलेट

फॉक्सटेल मिलेट आणि यासारखी धान्ये भारतभर पिकतात, तुम्ही वास्तव्य करत असलेल्या प्रदेशाप्रमाणे नाव बदलते. तांदळासारखे दिसते व शिजवण्याची पद्धत सुद्धा तांदळाप्रमाणेच आहे. उपमा, पुलाव, खीर काहीही बनू शकते. शेंगदाण्याबरोबर शिजवल्यास चव छान लागते. भातासारखे शिजवून उसळीबरोबर खाता येते. हे धान्य खाल्ल्यामुळे ब्लड शुगर आणि (C-reactive protein) सी-रिॲक्टिव्ह प्रोटीन कमी होते. ब्लडप्रेशर वाढले किंवा सूज आली तर शरीरात सी-रीॲक्टिव्ह प्रोटीन वाढते. इतर धान्यांप्रमाणेच HDL ची पातळी वाढण्यास मदत करते.

कसे वापरावे

- भाताप्रमाणे शिजवा आणि डाळी/उसळी सोबत खा.
- सुकामेवा घालून खीर करा.
- मोड आणून शिजवून खा. बी व्हिटॅमिन्स्‌ची मात्रा वाढेल.
- मटार, शेंगदाणे घालून उपमा करा.

T_2 चे आहार नियोजन

खाण्याची वेळ	आहार + पूरक औषधे	विशेष टिप्पणी
१) उठल्यापासून १५ मिनिटांच्या आत	ताजे फळ/सुकामेवा/ रात्रभर भिजलेल्या मनुका	जास्त ॲक्टिव्ह राहा. बसून न राहात अधूनमधून उभे राहा. १५-२० मिनिटे चाला.
२) सकाळचा नाश्ता उठल्यापासून १-१॥ तासानंतर	घरी केलेला उपमा, पोहे इ./फॉक्सटेल चा भाज्या घालून केलेला उपमा + व्हिटॅमिन B फॉलिक ॲसिडसह/ प्रेग्नन्सी व्हिटॅमिन	ऑफिसमध्ये दुपारच्या जेवणासाठी नेऊ शकता.
३) १०॥-११ च्या सुमारास	खोबऱ्यासकट शहाळ्याचे पाणी किंवा लाडू (तीळ किंवा शेंगदाणे घातलेले) राजगिरा चिक्की	इसेन्शियल फॅटी ॲसिड्स असलेले हे पदार्थ गूळाबरोबर खाल्ल्यामुळे ब्लड शुगर नियंत्रणात राहाते. त्वचा तुकतुकीत व सांधे मजबूत राहातात.
४) दुपारचे जेवण १२-१२॥ वाजता	फॉक्सटेल तांदळाप्रमाणे शिजवून आमटीबरोबर खाणे/शेंगदाणे घालून उपमा/ नाचणी भाकरी/पोळी + भाजी + बीटची किंवा दूधीची कोशिंबीर. फ्लॅक्ससीड किंवा ALA सप्लीमेन्ट	परिपूर्ण आहार जो दिवसभर ऊर्जा देईल. दोन चमचे तूप घ्या कारण आता इन्सेन्शियल अमायनो ॲसिड्स जास्त प्रमाणात लागतात
५) ३ वाजण्याच्या सुमारास	ताक + हिंगाष्टक + सैंधव किंवा लाडू/चिक्की	भूक असेल त्याप्रमाणे खा.

खाण्याची वेळ	आहार + पूरक औषधे	विशेष टिप्पणी
६) संध्याकाळी ५-६ वाजता	नाचणी डोसा + तीळ/ शेंगदाणा चटणी किंवा नाचणी सत्व + जायफळ किंवा सँडवीच, नारळाची आणि तीळाची चटणी लावलेले किंवा पोळी + तूप + गूळ किंवा केळे/ आंबा (हंगाम चालू असल्यास) व्हे प्रोटीन शेक + व्हीटॅमीन सी (500 mg) + अँटीऑक्सिडन्ट ज्यात झिंक, सिलेनीयम आणि क्रोमीयम आहे.	हार्मोनसचे संतुलन राहाते. शरीरावर सूज येत नाही. बद्धकोष्ठतेस प्रतिबंध होतो हे खाण्याअगोदर अथवा एक तासानंतर व्यायामाचे नियोजन करा. व्हे प्रोटीन प्रेग्नन्सीपूर्वी घेत असाल तरच घ्या.
७) रात्रीचे जेवण	वरण-आमटी+भात+ लोणचे/खिचडी+कढी + बीट कोशिंबीर/पुलाव + भाजी	रात्रीचे जेवण हलके ठेवा. दोन चमचे तूप या जेवणाबरोबर खा.
८) झोपण्यापूर्वी भूक असल्यास	दूध + जायफळ पावडर (किंचित) + ३-४ भिजवलेले काजू + साखर + 1000 mg calcium citrate	भूक असल्यास/ निवांत झोप येत नसल्यास/ मानसिक थकवा/ पचन नीट होत नसल्यास

T_2 साठी महत्त्वाचे

- फॉक्सटेल/राळा ऑनलाईन मागवू शकता किंवा आसपासच्या 'ऑर्गनिक शॉप्स'मध्ये मिळू शकेल. आधी कधी खाल्ले नसल्यास आठवड्यातून एक-दोनदा तरी घ्या आणि बाकीचे दिवस भात-पोळी खा.

- मात्र गहू आणून दळून घ्या. तयार पिठे घेणे टाळा.
- 'मल्टि ग्रेन ब्रेड' घेऊ नका. कारण व्यावसायिक दृष्टीने बनवताना त्यातल्या घटकांच्या प्रमाणाकडे लक्ष पुरविले जात नाही. उदा. बाजरी हिवाळ्यात खावी; ती उन्हाळ्यात खाल्ली तर पोट जड होते आणि तहानलेले वाटत राहाते.
- तुम्हाला प्रोटीन ड्रिंक घ्यायला सांगितले असल्यास त्यावरचे 'लेबल' नीट वाचा. खूप साखर आणि नावापुरते प्रोटीन असलेले ड्रिंक तुम्ही घेत नाही याची खातरजमा करा. बऱ्याचशा 'हेल्थ' किंवा 'फॉर मदर' ड्रिंक मध्ये कार्बोहॅड्रेट्स आणि प्रोटीन्स २:१ या प्रमाणात असतात. अशी पेये टाळा.
- आहारात जास्त प्रोटीन हवे असल्यास आणि व्हे प्रोटीन आधी कधीही घेतले नसल्यास फक्त अर्धा चमचा व्हे प्रोटीन पाण्यातून सकाळच्या किंवा रात्रीच्या जेवणाबरोबर घ्या. घेऊन त्रास झाला तर बंद करा.
- प्रोटीन्स शरीराला मिळण्यासाठी ॲक्टिव्ह असणे, व्यायाम करणे, वेळेवर झोपणे आणि दोन खाण्यांमध्ये २-२॥ तासांपेक्षा जास्त अंतर न ठेवणे गरजेचे आहे. शरीराच्या भरण-पोषणाला या गोष्टींची नितांत आवश्यकता असते.
- बद्धकोष्ठता/पचनात समस्या असेल तर नाश्ता, तसेच दोन्ही वेळच्या जेवणाआधी एक ग्लास कोमट पाणी प्या.
- बद्धकोष्ठता खूप काळ राहिली तर दूध+गुलकंद संध्याकाळच्या खाण्यासोबत किंवा रात्री झोपताना घ्या. गुलकंदातल्या साखरेची काळजी नको. कारण तत्त्यातील आहारानुसार तुम्ही ५-९ चमचे साखरेची मर्यादा ओलांडणार नाही.
- सिंगल पॉलीश तांदूळ वापरा न मिळाल्यास पांढरा वापरा. तांदळाची जात स्थानिक हवी.
- मूगडाळीची खिचडी हा कधीही चालणारा जेवणातील पदार्थ आहे. करायला सोपी पडते. कुटुंबीयांची मदत स्वयंपाक घरात घ्या.
- नवऱ्याला अजिबात स्वयंपाक करता येत नसेल तरी त्यांनी जेवणाआधीची कामे व नंतर आवरण्याची कामगिरी पार पाडावी.
- घरात नोकरचाकर असले तरी त्यांना सूचना देण्याचे कामही नवरा करू

शकतो. घरात सासूबाई असल्या तरी सुनेचे काम त्यांना करू न देता नवऱ्याने ती जबाबदारी घ्यावी. आता त्याला पित्याच्या भूमिकेत शिरायचे आहे.

- आईनेही आपल्या मुलाला कामे करताना पाहून वाईट वाटून घेऊ नये. तुमच्या मुलाला तुम्ही चांगल्या रीतीने वाढवले आहे, तुमच्या सासूने तिच्या मुलाला वाढविले त्यापेक्षा नक्कीच चांगल्या रीतीने! स्वयंपाकघरात बायकोला मदत करणाऱ्या नवऱ्याबद्दल बायकोला जास्त प्रेम वाटते.
- विविध प्रकारची स्थानिक फळे खा.
- T1 मध्ये सांगितलेल्या भाज्यांबरोबर आता पालेभाज्या खा. वेलभाज्यांना प्राधान्य द्या. उदा. लाल भोपळा, दुधी भोपळा, घोसाळी, शिराळी इ.
- वेलभाज्यांना कीटकनाशके, खते लागत नाहीत. या भाज्यांमधली खनिजे ब्लडप्रेशर, ब्लड शुगर नियंत्रणात ठेवतात. मानसिक स्थैर्य देतात.
- भरपूर पाणी प्या. लघवी साफ होतेय ना पाहा.

शाकाहारी का मांसाहारी

आहारशास्त्रातील २०१७ मधील मुख्य संकल्पना म्हणजे सस्टेनिबिलिटी–कायमस्वरूपी संवर्धन. यासाठी शाकाहारी लोकांनी प्रोटीन्स मिळावे म्हणून अंडे, मासे किंवा इतर मांसाहार करू नये. तसेच मांसाहारींनी त्यांच्या घरातील परंपरेनुसार मांसाहार करावा. मासे/मटण आठवड्यातून ठराविक दिवस, रोज नाही, प्रत्येक जेवणात नाही. तसेच परिपूर्ण जेवणातील एक भाग म्हणून भाजी, भाकरी/पोळी/भात इ. बरोबर खावा. याला 'सस्टेनिबिलिटी' असे म्हणतात. यामुळे आजारांना प्रतिबंध होतो आणि पर्यावरणाच्या ऱ्हासाला अटकाव होतो. आपल्या आज्या-पणज्यांना याची माहिती होती; परंतु आहारशास्त्राला मात्र हे आताच उमगू लागले आहे. जेमी ऑलिव्हर आता 'मीटलेस मन्डेज' म्हणून पाककृती देऊ लागला आहे. अमेरिका आणि स्वीस ऑलिम्पिक असोसिएशन त्यांच्या खेळाडूंच्या मांसाहारावर नियंत्रण आणत आहेत. गर्भारपणाच्या संदर्भात बोलायचे तर प्रसूतिनंतर १२ दिवस मांसाहार करू नये.

मांसाहाराविषयी चर्चा करत असताना दूध व दुग्धजन्य पदार्थांचा ऊहापोह करणे आवश्यक आहे. आपल्या स्थानिक अर्थकारणाचा आणि

हवामान बदलाचा तो एक अविभाज्य घटक आहे. देशी गायींचे दूध, तूप इ. वापरा. ऐपत असेल तर देशी गायी घेऊन त्यांचे पालन-पोषण करा. खरे पाळीव प्राणी म्हणजे गायी आहेत (कुत्रे नव्हेत) एका अर्थी ती आपली श्रीमंती आहे. देशी गायीचे दूध त्यातील विशिष्ट प्रोटीन आणि फॅटी ॲसिड प्रोफाइलमुळे मधुमेह, हाडांची झीज आणि त्वचेवरील डाग यांना लांब ठेवते. देशी गायीच्या दुधाने शरीराला हानी पोहोचत नाही. आपले शेतकरी गायीच्या चारही आचळांमधून दूध काढत नाहीत. शेती आणि शेतकऱ्याविषयी जुजबी माहिती शाळेतून अथवा कधी खेड्यांत जाऊन मिळाली असेल तर तुम्ही जाणाल की, गायीच्या दोन आचळांमधले दूध वासरांसाठी ठेवले जाते व दोन आचळांमधले काढले जाते. वासराने जास्त दूध प्यायले तर त्याला जुलाब होतात. म्हणून गायीचे-म्हशीचे दूध वापरणे ही क्रूरता नक्कीच नाही.

T2 साठी पारंपरिक पाककृती

पाककृती क्र. १ : केळफुलाची पातळ भाजी (कोलदील भाजी)

–रुही साहु, आसाम

ऋजुता सांगतेय – केळफूल सोलणे म्हणजे ध्यानस्थ होणे.

कृती

बाहेरील लांब लाल रंगाचे पान काढून फक्त फुले घ्यावी. अशी एकापाठोपाठ एक लाल पाने काढत जा आणि फुले घ्या.

- पातेल्यात तेल तापवा
- तेल तापले की चिरलेला कांदा, टोमॅटो, आले-लसूण पेस्ट घाला.
- तेल सुटायला लागले की बटाटे कापून चौकोनी तुकडे घाला.
- हळद, मीठ, धने-जिरे पूड घाला.
- आता सोडलेली फुले घालून ढवळा – पाणी घाला आणि झाकण ठेवून शिजवा. अंदाजे १५ मिनिटे लागतील.
- १५ मिनिटांनी कढीपत्ता आणि खसखस घाला आणि ५ मिनिटे झाकण ठेवून शिजवा.
- हिरवी मिरची आणि कोथिंबीर घालून सजवा.

पाककृती क्र. २ : कच्ची चालीमीडी

–मद्दुरी साई, हैदराबाद

ऋजुता सांगतेय – वाढीसाठी अपरिहार्य असा तांदूळ दिवस गेल्याचा गौप्यस्फोट करण्यासाठी वापरतात. या पदार्थामुळे आईचे मन स्थिर राहाते.

कृती

- तांदूळ रात्रभर पाण्यात भिजवा. सकाळी पाणी काढून वाटा.
- त्यात नारळ, गूळ/साखर, तूप घाला.
- हे घट्टसर मिश्रण १ तास बाजूला ठेवा. लहान गोळे बनवा आणि खा.

आई आपल्या मुलीसाठी चालीमीडी करते, तिला खाऊ घालते आणि मग तिच्या गर्भारपणाची बातमी सगळ्यांना सांगितली जाते (१२ आठवड्यानंतर). बाळंतपण झाल्यावर मुलगी सासरी जाताना तिच्या ओटीतही घालतात व पोटाला बांधतात.

पाककृती क्र. ३ : कोकोनट मिश्री

नारळ-खडीसाखर

–मोनिका अग्रवाल, राजस्थान

ऋजुता सांगतेय — नारळातील लॉरिक ॲसिड हे जीवाणू-विषाणू विरोधक आहे. आईच्या दुधातील तो एक घटक आहे.

कृती

- १ वाटी किसलेले सुके खोबरे
- १ वाटी खडीसाखर बारीक करून
- एकत्र करून ठेवा आणि अधून-मधून खा. सकाळच्या नाश्त्याआधी खाल्लेले उत्तम.

शरीरावर सूज येत नाही. गर्भाची वाढ चांगली होते. आई आपल्या गर्भार मुलीसाठी कोकोनट मिश्री करते, जेणेकरून तिच्या नातवंडाचे केस मऊसूत आणि त्वचा नितळ होईल.

पाककृती क्र. ४ : बदामी लेह्या

–ऐश्वर्या नारायणन, बंगलोर

ऋजुता सांगतेय - आपल्या पारंपरिक आहाराच्या ज्ञानभांडारातील हा एक इसेन्शियल फॅटी ॲसिड्सचा पूरक अन्नपदार्थ म्हणायला हवा.

कृती

- 'कल्लु शक्कर' किंवा 'रेड स्टोन शुगर' घेऊन पिठीसाखर बनवा.
- त्यात थोडे पाणी घालून विरघळवा व पातेल्यात घेऊन गरम करा.
- बदामाची पावडर करून पाकात घाला.
- ढवळत राहा. तूप सोडत राहा.
- केशर घालून २०-२५ मिनिटे ढवळत राहा. मिश्रण पातेल्याच्या बाजूने सुटू लागेल.
- गॅस बंद करा. वेलची पावडर घाला.
- थंड झाल्यावर हवाबंद डब्यात भरून ठेवा.

सकाळी उठल्यावर खायला उत्तम. खूप फायदे होतील.

पाककृती क्र. ५ : शेवग्याच्या शेंगांची आमटी

–रेणुका ओंकार सराफ, संगमनेर

ऋजुता सांगतेय :- ॲसिडिटी, पोटाचे जडत्व कमी करण्याचा मार्ग. पोषक द्रव्यांनी परिपूर्ण अशी ही आमटी महाराष्ट्रात घरोघरी केली जाते.

कृती

- शेंगांचे तुकडे करून पाण्यात मीठ टाकून शिजवा.
- जिरे, खसखस, सुके खोबरे भाजून घ्या व थोडे पाणी घालून वाटा.
- पातेल्यात तेल गरम करा व त्यात हिंग, हळद आणि वाटण घाला.
- चांगले परतून त्यात शिजलेल्या शेंगा घाला. पाणी घाला.

पोळी/भाकरीबरोबर खा. तूप घ्यायला विसरू नका.

पाककृती क्र. ६ : आंबेहळदीचे लोणचे

–ऋजुता दिवेकर, मुंबई

ऋजुता सांगतेय :- पुरुष सहज करू शकतील असे हे साधेसे लोणचे आहे. त्वचा तुकतुकीत राहाण्यास मदत होते. जंतुसंसर्गापासून बचाव होतो.

ताजी हळद दोन प्रकारची मिळते – आंबेहळद जिचा रंग पिकलेल्या आंब्यासारखा असतो आणि आल्यासारखी दिसते. ओली हळद सुद्धा मिळते, मात्र ती पांढरट असते. या लोणच्यात ओल्या मिरच्या, आले आणि दोन्ही प्रकारची हळद वापरण्यात येते. जेवणात खुमारी वाढण्यासाठी उत्तम.

- आंबेहळद, ओली हळद, आले समप्रमाणात घेऊन धुवून कोरडे करा. नंतर साल काढून त्याचे लांब पातळ तुकडे करा.

- मिरच्या उभ्या चिरून, बिया काढा आणि पातळ काप करा.
- सर्व एकत्र करा. लिंबूरस, कैरीच्या लोणच्याचा मसाला आणि मीठ घाला.
- तेलाची मोहोरी, हिंग, हळद घालून फोडणी करा.
- फोडणी थंड करा व मिश्रणावर ओतून काचेच्या बाटलीत भरून ठेवा. फ्रीझमध्ये २ महिने टिकते. ८-१० दिवस बाहेर टिकते.

तिसरी ट्रायमेस्टर (७ वा ते ९ वा महिना)

एका गोष्टीशिवाय मी माझ्या आयुष्याची कल्पनाच करू शकत नाही आणि ती गोष्ट म्हणजे माझे काम – माझे आयुष्य मी 'काम' केंद्रस्थानी ठेवून योजले आहे. कधी, कोणाशी लग्न करायचे, कुठे राहायचे, कधी मुलासाठी 'प्लॅन' करायचे सगळे कसे मला सुनियोजित लागते. IIM अहमदाबादने खरं म्हणजे मला यासाठी 'पदक' वगैरे देऊन गौरवायला हवं किंवा स्त्रियांनी लग्नानंतर त्यांचे करिअर कसे नुसते चालू न ठेवता फुलवावे याविषयी माझे व्याख्यान तरी आयोजित करावे. सगळ्या गोष्टी मी माझ्या अधिपत्याखाली ठेवते. माझ्या सासूबाई किंवा आई एका मर्यादेपलीकडे मला काही सांगत नाहीत. माझा बॉस केवळ मी प्रेग्नंट आहे म्हणून, दुसऱ्या कोणाला माझ्या जागी परदेशात कामासाठी पाठवण्यास धजावणार नाही. मात्र एक गोष्ट माझ्या ताब्यात नव्हती – रहदारी – अत्यंत वाईट असा ट्रॅफिक. पवईहून जोगेश्वरी विक्रोळी लिंक रोडला (JVLR) ला जायला इतका वेळ लागतो की सुसू करण्याचे पण मला नियोजन करावे लागते. गाडी पार्क करायची, लिफ्ट घेऊन वर गेले की दोन दरवाजे एकामोगामाग उघडायचे – घराचा आणि बाथरूमचा आणि एकदाचे काम फत्ते करायचे. पण आज मात्र सगळं गणित कोलमडलेय आणि मला खूप घाई होतेय. अजून चड्डीत नाही झाली इतकंच, म्हणून मी रेनीसान्स हॉटेलजवळचा सिग्नल मोडला. खरं तर मी तसे करायला नको होते. पण मी सांगितले ना, माझा ताबाच सुटत होता, कुठच्याही क्षणी सुरू होईल असे वाटत होते.

पोलिसांनी मला थांबवण्यासाठी हात हलवला. पण कायदा सुद्धा आज मला थांबवू शकत नव्हता. (कायदा पाळणाऱ्या आई-वडिलांना आणि भिलाईतील लोकांना हे लाजीरवाणे वाटेल) मी तशीच पुढे गेले आणि पोलीस मोटारसायकलवरून माझा पाठलाग करू लागला. एखाद्या ॲक्शन मुव्हीमध्ये शोभेल अशा वेगाने मी

जात होते. आणि पोलीसही इकडून तिकडून बाईक पुढे काढत माझ्यापर्यंत पोहोचण्याचा प्रयत्न करत होता. मला वाटतेय की मी त्याला चुकवला तोपर्यंत त्याने त्याची बाईक गाडीच्या बाजूला आणली आणि खिडकीवर टकटक केले.

शेवटी मी माघार घेतली आणि खिडकीची काच खाली केली. त्याने विचारले, 'पागल है क्या?' मी उत्तरले, 'पागल नही बल्कि प्रेग्नन्ट हूँ!' पुढे सांगितले जोरका सुसु आ रहा था।' आता त्याचा चेहरा खरकन उतरला आणि म्हणाला, 'सॉरी मॅडम, तुम्हाला माझ्यामुळे धोका पत्करावा लागला. आपला देश 'कॅशलेस' वगैरे होतोय, पण स्त्रियांच्या शौचालयाची सोय काही होत नाही.' आता मात्र माझ्या सगळ्याच गोष्टींवरचा ताबा सुटला – माझ्या भावना, आयुष्य, लघवी. मी हुंदके देऊन रडू लागले. पोलिसाने विचारले, 'कोणाला फोन करू का मॅडम? कोठे राहाता तुम्ही?' आता मात्र मी डोळे पुसले, आवाजावर थोडा ताबा मिळवत म्हटले,

'आता मी ठीक आहे, घर जवळ आलेय, मी जाऊ शकेन.' तो त्याच्या बाईकवर बसला आणि मी अगदी बिल्डिंगमध्ये शिरेपर्यंत माझा पाठलाग करत आला.

असो, प्रश्नोत्तरांकडे वळू

T3 साठी वारंवार विचारले जाणारे प्रश्न

१) मला झोपच येत नाही. काय करायला हवे?

शेवटच्या काही आठवड्यांमध्ये अस्वस्थ वाटणे, अनामिक भीती दाटून येणे हे सगळे नैसर्गिक आहे. एकदाची सुटका व्हावी असेही वाटू लागते, पण त्यासाठी योग्य वेळेची वाट पाहावयास लागते. हार्मोन्स् नाजूक अवस्थेत असतात. दुपारी ४ नंतर प्यायलेला एखादा कॉफीचा कप, दुपारच्या जेवणानंतर खाल्लेला चॉकलेटचा तुकडा एवढंच नव्हे, तर सासुबाईनी बदललेला व्हॉट्स ॲप डीपी वरचा फोटो इतक्या साध्या गोष्टी झोपेत बाधा आणू शकतात. झोप नीट झाली नाही तर जास्त चिडचिड होते, शरीर सुजलेले वाटते. म्हणून शांत राहाणे हा एकच उपाय. पुढील काही गोष्टी तुम्हाला मदत करू शकतील.

- ऐऱ्यागैऱ्याने दिलेल्या सल्ल्याकडे दुर्लक्ष करा.
- शांत बसून हाताने जेवा. समाधान झाल्याचे त्वरित कळेल.
- मोबाईल,आयपॅड इ. चा वापर मर्यादित ठेवा – दिवसाला फक्त अर्धा तास व्हॅटस् ॲप, फेसबुक इ. वर घालवा. आणि हे दिवसा-ढवळ्या

करा. रात्री गॅजेट्स बंद.

- कोकमाचे तेल तळपायांना काशाच्या वाटीने चोळा. नाकात तूप सोडा आणि ओवा घातलेले तूप पोटावर चोळा. छान झोप लागेल.
- एक ग्लास दूध, भिजवलेले काजू, जायफळ, हळद घालून प्या. अगदी झोपताना प्यायलेले हे दूध हार्मोन्सचे संतुलन करेल आणि प्रतिकारशक्ती वाढेल.
- दुपारी २० मिनिटे डुलकी काढून ताज्यातवान्या व्हा.
- शरीर आणि झोपण्याची खोली थंड ठेवा. झोपण्यापूर्वी अर्धातास ए.सी. चालू करा म्हणजे आडवे झाल्यावर खोली थंड होण्याची वाट पाहावी लागणार नाही.
- व्यायाम : हार्मोन्स्चे संतुलन होईल रक्ताभिसरण सुधारेल. यामुळे झोप लागण्यास मदत होईल.

२) कळा येण्यास सुरुवात झालेली कशी ओळखावी? 'फॉल्स लेबर' (कळा येतात पण त्या प्रसूतिवेदना नसतात) बद्दल ऐकून आहे म्हणून विचारले.

ओटीपोटातील प्रत्येक आंकुचन-प्रसरणाची गणना प्रसूति वेदनेत करता येत नाही. पहिलटकरणीला मात्र असे वाटते म्हणून तुमच्या डॉक्टरांशी सविस्तर चर्चा करा. ते तुम्हाला प्रसूतिकळा कशा ओळखायच्या ते सांगतील. खरं तर जितके उशिरा हॉस्पिटलमध्ये जाल तेवढे चांगले. कारण तुमचे डॉक्टर ग्रीवामुख पूर्ण उघडेपर्यंत तुम्हाला बघणार नाहीत आणि परिचारिका वर्ग तुमच्या वेदना समजून घेऊ शकणार नाहीत. म्हणून मी सांगेन की डॉक्टरांना विचारून घ्या की नेमकं कधी हॉस्पिटलमध्ये जायचं.

३) मला कदाचित 'जेस्टेशनल डायबिटीस (प्रेग्नन्सीत तात्पुरता दिसून येणारा डायबिटीस)' असू शकतो. गोळ्या घ्यायला हव्या का?

- तुम्हाला 'जेस्टेशनल डायबिटीस' GDM आहे असे नक्की करण्यापूर्वी काही दुसऱ्या रक्ताच्या चाचण्या करून घ्या – तुमचे ट्रायग्लिसराईडस् किती आहेत? व्हिटॅमिन B12 आणि D ची पातळी किती आहे? शरीराला सूज, थकवा अशी लक्षणे आहेत का? प्रेग्नन्सीत आधी काही समस्या होत्या का? जर या गोष्टी ठाकठीक असल्या, तरी एखाद् वेळेला अशी ब्लड शुगर कमी-जास्त होऊ शकते.
- बाकी सगळ्या टेस्टस् ठाकठीक आल्या तरी शंका निरसनासाठी GCT

ग्लुकोज चॅलेंज टेस्ट करून घ्या. तुमचा आहार-व्यायाम नीट असेल तर बहुतेक वेळा या टेस्टचे/चाचणीचे रिपोर्टस् नॉर्मल येतील.

- ब्लड शुगर कमी करण्यासाठी घेतलेल्या औषधांमुळे गट बॅक्टेरिया वर परिणाम होतो. B12 आणि D च्या शोषणात अडथळा निर्माण होतो. गोळी घेण्यापूर्वी शक्य तितके इतर पर्याय विचारात घ्या.
- निवांत, सलग झोप आणि मन:स्थिती शांत ठेवणे हा ब्लड शुगर स्थिर ठेवण्याचा उत्तम उपाय आहे. नवऱ्याशी किंवा बॉसशी वाद घालत बसू नका. कारण तुम्हाला या परिस्थितीत त्याचा जास्त त्रास होईल.
- झोपताना मोबाईलऐवजी दुधाचा ग्लास हातात असू द्या. मोबाईलमुळे ब्लड शुगर अनियंत्रित होईल, तर दुधातील अमायनो ॲसिडस् आणि इसेन्शियल फॅटी ॲसिडस् ब्लड शुगर नियंत्रित करतील.
- शेवटी एक ध्यानात ठेवा भीती आणि अस्वस्थता ब्लड शुगरच्या नियंत्रणात शरीराला अडथळा निर्माण करतात. म्हणून उगीच टोकाचे विचार मनात आणू नका. GDM हा जीवनशैलीत फेरफार करून नियंत्रणात येण्यासारखा आजार आहे.

४) माझ्या डॉक्टरांच्या म्हणण्यानुसार मला ब्लड शुगरची समस्या आहे. मी काय करू शकते?

- चपाती किंवा आमटी-भात तूप घालून खा. ब्लड शुगर सावकाश चढेल.
- आहारातील पोषकद्रव्यांचे प्रमाण वाढवा – पूर्ण धान्ये-कडधान्ये दैनंदिन आहारात ठेवा.
- थोडे-थोडे अन्न जास्ती वेळा खा. चावून-चावून खा. तीळ/सूर्यफूल बिया/शेंगदाणे-चटणी/लोणचे यातील एक पदार्थ दोन्ही जेवणात ठेवा. यातून इसेन्शियल फॅटस् मिळतील.
- नारळ असलेले लाडू/तीळ-शेंगदाणा चिक्की/पनीर/सुकामेवा अधून-मधून खा.
- चलन-वलन वाढवा. व्यायाम – हलका का होईना – करा. कारण तुमची इन्स्युलिन सेन्सिटिव्हिटी त्यामुळे वाढेल. पेशींची ग्लुकोज घेण्याची क्षमता वाढून रक्तशर्करा नियंत्रणात येईल. व्यायामाचा हा परिणाम ७२ तासांपर्यंत टिकून राहील.

- इतिहासजमा झालेले स्थानिक पदार्थ आवर्जून खा. त्यात फॉलिक ॲसिड, व्हिटॅमिन B12 आणि खनिजे इ. मायक्रोन्युट्रीएन्स भरपूर असतात. यामुळे आर्यनची पातळी वाढून पोषकद्रव्यांचे शोषण व्यवस्थित होईल आणि ब्लड शुगर कमी होईल.

५) आता मी घरात केर-लादी करायला सुरुवात करू का? निदान आमची खोली तरी? यामुळे प्रसूती सहज होते असं म्हणतात, त्यात तथ्य आहे का?

केर-लादीकडे एका वेगळ्या दृष्टिकोनातून बघायची गरज आहे. एकेकाळी स्त्रिया ही कामे नियमित करत असत. त्यामुळे यातला संदेश-नेहमीची कामे करत राहा असा आहे. आज आपण नियमित नोकरीसाठी बाहेर पडतो. थोडी फार घरातली कामे करतो, आपल्या ब्युटीपार्लरला जातो. तसे सगळे करत राहाणे आवश्यक आहे. गर्भारपणाचा बाऊ करून बसून राहून नका. सांगायचा उद्देश – केर-लादी तुमच्या दैनंदिनीत नसेल, तर आता करायची गरज नाही.

६) माझे शरीर पूर्ववत कधी होईल?

तुम्हाला आतून कसे वाटते ते जास्त महत्त्वाचे आहे. अमुक एक मापात येणे म्हणजे फिटनेस नव्हे. तुम्ही प्रसूतिनंतर गर्भारपूर्व शारीरिक अवस्थेत याल. मात्र आधीचे कपडे व्यवस्थित होण्यासाठी ४-६ महिने वाट पाहावी लागेल. बाळाचे वजन ३-४ किलो, गर्भाशयातील द्रवाचे वजन ४ किलो, २ किलो वार आणि गर्भाशयाचे १ किलो स्तनांचे आणि २-४ किलो फॅट आणि पोषकद्रव्यांचे वजन असते. २-४ किलो फॅटचे वगळता बाकीचे सर्व वजन प्रसूती झाल्याबरोबर उतरते. फॅट हळूहळू उतरते. मात्र या अवस्थेत ते असायलाच हवे. कारण तुमच्या आणि बाळाच्या आरोग्यासाठी ते खूप महत्त्वाची कामे बजावते– प्रतिकारशक्ती वाढवते, दूधनिर्मिती करते आणि शरीराचे तापमान नियंत्रित करते. म्हणून घाईघाईने वजन उतरवायचे नाही. शरीरात बदल होणे अपरिहार्य आहे, या गोष्टीचा आनंद घ्या. करिनाने नेमके हेच केले.

७) गुप्तांगावरचे केस काढू का?

बऱ्याच हॉस्पिटलमध्येच केस काढतात. वाटल्यास तुम्ही घरीही प्रसूतीला जाण्यापूर्वी काढू शकता.

८) भीती वाटतेय फार, सगळं काही व्यवस्तित पार पडेल ना?

नक्कीच, निसर्गाची साथ असते बाळाच्या बाजूने!

काही वेडंवाकडं होणार नाही. शांत राहा, आनंदी राहा.

T_3 साठी सर्वोत्तम तीन अन्नघटक

T_3 बरेचदा कंटाळवाणी, थकवणारी होते. एकीकडे वाटते चला पटकन सुटका व्हावी, तर दुसरीकडे माहिती असते की बाळाच्या आगमनानंतर तुमचे आयुष्य कायमस्वरूपी बदलून जाणार आहे. बाळाची सुरक्षितता, आरोग्य यापुढे काहीच महत्त्वाचे उरणार नाहीए. पुढचे सहा महिने तर गडबडीतच जातील – प्रसूती, बाळाला स्तनपान, रात्रीची जागरणे, ऐऱ्या-गैऱ्यांकडून मिळालेल्या उपदेशाकडे दुर्लक्ष करणे, नवरा मदत करेल का नाही याविषयी साशंकता निर्माण होणे इत्यादी. म्हणून मैत्रिणींनो, मन शांत आणि शरीर कणखर ठेवा. या काळात उपयोगी पडतील असे अन्नघटक पुढे देत आहे.

T_3F_1 – हळद

आता पाश्चिमात्यांनाही कळून चुकलेय – हळदीमधील करक्युमीन मेंदू व स्नायू यांची झीज कमी करते. तसेच त्यात 'अँटिऑक्सिडन्ट' गुणधर्म सुद्धा आहे. याच कारणासाठी त्याला 'पेटंट-परवाना मिळविण्यासाठी मारामाऱ्या चालू आहेत. भारतात कच्ची हळद (ओली हळद) तसेच सुकवून पावडरच्या स्वरूपात वापरतात. सगळे प्रकार खूप फायदेशीर आहेत. हळदीचा उपयोग डोळ्यांवरील ताण कमी करण्यास, हृदयाचे मज्जातंतूंचे संरक्षण करण्यासही होतो. फक्त गोळीस्वरूपात घेऊ नका. आहाराचा एक भाग असेल तेव्हा ती फायदेशीर ठरते. हळद ताण-तणावावर मात करण्यासही मदत करते. मात्र आपण 'रॉ सॅलडस्' आणि 'हळदीच्या गोळ्या' घेणाऱ्यांपैकी नाही हे लक्षात ठेवा.

हळद कशी वापरावी :

- आमटी/भाजी/खिचडीच्या फोडणीत वापरावी. घरी जशी पद्धत असेल त्याप्रमाणे तिचा वापर करणे इष्ट.
- ओली हळद – लोणचे करा किंवा पातीचहा, लिंबू-मधाबरोबर पाण्यात उकळवून, गाळून चहासारखे पेय बनवा
- बेसन/मसूर डाळीचे पीठ + हळद (किंचित) + दूध असे मिश्रण करून साबणाऐवजी वापरा. चेहऱ्यावरील डाग, बारीक सुरकुत्या कमी होतील.

T_3F_2 – मूग – डाळ, आख्खे, सालासकट डाळ

सगळ्या कडधान्यांमधले सात्त्विक कडधान्य म्हणजे मूग तुम्ही कधी आश्रमात/

योगशिबीरात गेलात तर तुम्हाला मूगडाळच मिळेल. आपल्या आज्या-पणज्यांची सुद्धा ही आवडीची होती. याचे कारण ती सहज पचते आणि त्यात फॉलिक ॲसिड, व्हिटॅमिन B6, खनिजे, प्रोटीन्स् भरपूर प्रमाणात आहेत. चवसुद्धा उग्र नाही. गर्भारपणी खायला चांगली. कारण पोटात वायू धरत नाही. ब्लड-प्रेशर, डायबिटीस, कॅन्सरसारख्या रोगांना लांब ठेवते आणि फॅट कमी करण्यास मदत करते.

कसे वापरावे?

- मूगाला मोड आणा आणि पोषकद्रव्ये मिळविण्यासाठी नीट शिजवा.
- डाळीची आमटी/खिचडी करा.
- मूग/डाळ वाटून त्यात थोडे तांदळाचे पीठ मिसळून डोसा/घावन करा.

T3F3 तांदूळ (भात, चावल)

तुम्ही याची वाटच पाहात असाल, बरोबर? ब्राऊन राईस मात्र खाऊ नका. एकसडीचा किंवा कांडलेला किंवा पांढरा तांदूळ वापरा. स्थानिक तांदूळ वापरा. तुम्ही अमेरिकेहून/दुबईहून नॅपीज मागवू शकता ना? मग तांदूळ आणण्याचे कष्ट घ्या, लोकल मार्केटमध्ये जा. तुमच्या कानावर पडणाऱ्या तांदळाबद्दलच्या मतांकडे पूर्ण दुर्लक्ष करा. माहिती नसेल तर सांगते, तांदळाचा ग्लायसेमिक इन्डेक्स मध्यम आहे. तांदूळ वरण/आमटीबरोबर तूप घालून खाल्ल्याने त्याचा ग्लायसेमिक इन्डेक्स कमी होतो. दही-भात, कढी-भात, अंडाकरी-भात, बिर्याणी यांचा सुद्धा ग्लायसेमिक इंडेक्स कमीच आहे. तांदूळातील रेझिस्टन्स स्टार्च 'गट बॅक्टेरिया' वाढवितो. तुम्हाला बाळालाही स्तनपान सोडविताना सर्वप्रथम भातच द्यायचा आहे हे विसरून चालणार नाही. आध्यात्मिकदृष्ट्या तांदूळ वाढीचे व आरोग्याचे प्रतीक आहे.

तांदूळ कसा वापरावा :

- भात शिजवून वरण/आमटी/उसळ/कढी/दही/दूध कशाबरोबरही खा
- भाताची पेज करा – हे एक हलकं असं 'सूप' आहे. ज्यात व्हिटॅमिन बी असते. पचायला अगदी सोपे आहे.
- फोडणीचा भात करून खा. शिळा भात कांदा/लसूण भाज्या इ. वापरून फोडणीवर परता. चविष्ट फोडणीचा भात तयार.

T3 Meal Plan T3 साठी आहार नियोजन

वेळ	आहार + पूरक औषधे	विशेष टिप्पणी
१) उठल्याबरोबर	बदाम आणि काळ्या मनुका भिजवून/सुकामेवा/ताजे फळ	खजूर + अक्रोड/काजू + ॲप्रीकॉट (जर्दाळू) अशी nut dryfruit ची मिश्रणे घ्या.
२) सकाळचा नाश्ता ८-८.३० वा.	घरी केलेला गरम नाश्ता /ज्वारीच्या लाह्या + दूध किंवा नाचणीचे सत्त्व +व्हिटॅमिन B complex multivitamin/ pregnancy Vitamin	चहा उठल्यावर २ तासांनी घ्यावा.
३) १०.३० च्या सुमारास	शहाळे/कोकम किंवा लिंबू सरबत/नीरा	द्रव पदार्थाचे प्रमाण नीट राखण्यास उपयुक्त
४) दुपारचे जेवण	चपाती + भाजी + हळदीचे लोणचे/आमटी भात/ खिचडी/दही-भात + मोड आलेल्या मूगाची कोरडी उसळ. व्हिटॅमिन B12 + अळशी/ Omega 3	ज्वारी/नाचणीची भाकरी किंवा चपाती हळदीचे लोणचे आठवड्यात दोनदा + २ चमचे तूप
५) ३-३.३० वाजता	रवा-नारळ लाडू/ राजगीरा किंवा शेंगदाणा चिक्की/हंगामी ताजे फळ	घरी केलेला कुठचाही लाडू चालेल. खोबरे/तीळ हवे म्हणजे इसेन्शियल फॅटी ॲसिड मिळते.
६) ५.३०-६	घरी केलेला कुठचाही नाश्ता-दही + चिवडा/ मठरी+लोणचं/पनीर टोस्ट/नाचणी डोसा/मिल्क शेक ताजे फळ घालून	यानंतर चहा-कॉफी नको. भुकेनुसार खा.

वेळ	आहार + पूरक औषधे	विशेष टिप्पणी
७) रात्रीचे जेवण	वरण-भात किंवा आमटी-भात/पेज + हळद + हिंग + काळे मीठ + डाळीचे पाणी हवे असल्यास/ पोळी-भाजी-डाळ + मिक्सड् कॅरोटीन + Vit.C	रात्रीचे जेवण हलके असू द्या. भुकेनुसार खाणे गरजेचे. पर्याय कुठचाही निवडा.
८) झोपताना १०-१०.३० वाजता	हळद + दूध + साखर चवीला + कॅल्शियम सायट्रेट 1000 mg	जायफळ आणि काजू घालू शकता झोप शांत नसेल किंवा पायाला सूज असेल तर जरूर घाला.

तिसऱ्या ट्रायमेस्टरसाठी महत्त्वाच्या सूचना

- या काळात वजनवाढ जास्त होते म्हणून आहार-व्यायामाकडे नीट लक्ष द्या.
- पावलांना सूज येत असेल किंवा संध्याकाळी आळसावत असाल तर पाय थोडे वर ठेवावे. योगासने चालू ठेवा.
- स्थानिक भाज्या, चटण्यांवर भर ठेवा. कारण त्यामुळे ब्लड शुगर सावकाश वाढेल, दिवसभर उत्साही वाटेल.
- संध्याकाळी चहा-कॉफी घेणे टाळा. कारण रात्रीच्या झोपेत व्यत्यय येऊ शकतो.
- रात्री सिनेमा-नाटक बघायला जाऊ नका. वाटलेच तर दुपारी जाऊन पाहा. घरचा नाश्ता मध्यंतरासाठी न्या. थिएटर वरचे शिळे पदार्थ टाळा.
- शरीरातील पाण्याचे प्रमाण व्यवस्थित राहील याची काळजी घ्या. पॅकेटमधले अन्न, अगदी 'हेल्दी' लिहिले असले, तरी टाळा. त्यात मीठ, साखर असल्यामुळे शरीरातील पाण्याचे प्रमाण कमी होते.
- मोकळी-ढाकळी वस्त्रे परिधान करा. शरीराचे तापमान नियंत्रित राहाण्यासाठी हे आवश्यक असते.

- धूर, हुक्का, दारू इ. असेल अशा ठिकाणी जाणे टाळा.
- पायदुखी, कंबरदुखी होत असेल तर व्हिटॅमिन D 1000 IU ची सप्लीमेन्ट घ्या.
- ह्या स्टेजमध्ये अंग जड होणे, थकवा येणे या गोष्टी अत्यंत नैसर्गिक आहेत; मात्र व्यायामात खंड न पाडता हलका व्यायाम करा. न्यूयॉर्कमधील सेंट्रल पार्कपासून ते हिमालयातील खेड्यापर्यंतच्या स्त्रिया चलनवलन करतात व व्यायामही करतात; मग ते धावणे असेल किंवा लाकडाचा भार वाहणे असेल. विकसनशील देशातील शहरी भागातील स्त्रिया फक्त व्यायाम करण्यास कचरतात आणि आरामशीर राहाण्याचा प्रयत्न करतात.
- तुमच्या नकळत पोट खाजवायची वेळ येते तेव्हा समजा की, ब्लड शुगर स्थिर राहात नाहीए. अशा वेळेस हालचाल वाढवा, आहारात तूप आणि इतर इसेन्शियल फॅट्सचे प्रमाण वाढवा. कडधान्ये मोड काढून उकडवून जेवणात वापरा आणि वेळेवर झोपायचा नियम मोडू नका.

भारताबाहेर वास्तव्य असणाऱ्यांसाठी आहार + पूरक औषधे

वेळ	ऑस्ट्रेलिया, अमेरिका, इंग्लंड, युरोप, न्युझीलंड	आफ्रिका	अरब देश
१) उठल्या उठल्या	सुकामेवा/ ताजे फळ	ताजे फळ/ सुकामेवा	फळ/खजूर
२) सकाळचा नाश्ता+Vit.B or multi-vitamine	अंडं-पाव/ चीज-पाव/फुल फॅट दूध+फळ/ नाचणी सत्त्व/ दूध	अंडं-चपाती/ पोहे/ठेपला	अंडं-पाव + हालोमी/ इडली/पोहे
३) १०-१०.३० वाजता	काळे मीठ घातलेले लिंबू सरबत	ताजे फळ/ उसाचा रस	लिंबू पाणी/ कोकम सरबत

वेळ	ऑस्ट्रेलिया, अमेरिका, इंग्लंड, युरोप, न्युझीलंड	आफ्रिका	अरब देश
४) दुपारचे जेवण +B12 (आफ्रिकेत गरम हवेमुळे अत्यावश्यक)	बीन्स + भात/ लेन्टील सूप+ पाव/डाळ-भात तूप घाला.	उगाली-गीठेरी सुकुमा वीकी/ लेन्टील + भात/ गोड सुरण (याम) + दही-तूप घ्या.	चपाती भाजी/ हम्मस आणि पीटा+बटाटा हरा/ लेन्टील = भात तूप घ्या.
५) ३-३.३० वाजता	प्रुन्स/ताजे फळ	लाडू/स्थानिक फळ	ऑलिव्हज/प्रुन्स
६) संध्याकाळी ५.३०-६	चीज/पीनर बटर/ अॅव्होकॅडो+टोस्ट/ राईस-क्रॅकर + भोपळ्याच्या किंवा 'मेलन'च्या बिया	खाकरा + तूप/ अॅव्होकॅडो + पाव/ उकडलेले अंडे	तीळ किंवा पिस्त्याचा गोड पदार्थ/लाडू/ चीज + पाव
७) रात्रीचे जेवण Vit C, मिक्सड् कॅरोटीन, अँटिऑक्सिडन्ट रात्री झोपताना	खिचडी/पास्ता +भाजी/भाताची पेज दूध + जायफळ पावडर	टेफ ब्रेड/चपाती+ नारळाच्या दुधातील रसभाजी/लेन्टील सूप/खिचडी/ वरण-भात	भात + लेन्टील्स/ बिर्याणी + रायता/ रोटी + कबाब

T3 साठी पारंपरिक पाककृती

पाककृती क्र. १ : लोलो

–सिम्मी हरपा नागपूर/दुबई

ऋजुता सांगतेय – पौष्टिक धिरडे, गोड खाण्याची तीव्र इच्छा कमी करेल.

कृती

- पातेल्यात तूप तापवा. गूळ घाला. वितळला की गॅस बंद करा.

- गव्हाच्या पीठात वरील मिश्रण घाला. जिरे घाला.
- घट्ट भिजवा. लहान गोळे करून पोळीसारखे पण जाडसर लाटा.
- पोळ्या मंद आचेवर तव्यावर तूप सोडून भाजाव्या.

या पाककृतीचा उपयोग सिम्मीला जेस्टेशनल डायबिटीस नियंत्रणात आणण्यासाठी झाला.

पाककृती क्र. २ : हरवेली मसाला

–प्रेरणा पाल कर्मोकर, रायपूर

ऋजुता सांगतेय – दूध येण्यासाठी लसणीचा उपयोग होतो. त्यातील इतर मसाले गॅसेस होण्यास प्रतिबंध करतात. चविष्ट आहे.

कृती

- पातेल्यात तूप तापवा
- वाटलेली लसूण घालून लालसर रंगावर परता.
- हळद, हिंग आणि सुंठ घाला.
- मीठ चवीपुरते घाला.
- मिश्रण तयार करा. ही चटणी पोळी, भात कशाबरोबरही खाता येते. प्रसूतीनंतर शरीर पूर्ववत होण्यास मदत करते. तिसऱ्या ट्रायमेस्टरमध्ये शरीराला पूर्ववत होण्यासाठी सज्ज करते.

पाककृती क्र. ३ : लाल तांदूळ आणि मूग डाळीचे पॉरेज (खीरीप्रमाणे फक्त खीरीपेक्षा घट्ट)

–राजश्री विनोद, शारजा

ऋजुता सांगतेय – रविवारी किंवा अन्य सुटीच्या दिवशी पौष्टिक पण वेगळा पदार्थ

कृती

- डाळ व तांदुळाचे मिश्रण ३ वाट्या पाणी घालून १ तास भिजवा.
- मिश्रण तीन तासांनी प्रेशर कुकरमध्ये घाला. मेथीदाणे आणि लसूण घाला. चांगले शिजवा.
- नारळाचे घट्ट दूध काढा.
- शिजलेल्या मिश्रणात नारळाचे दूध, मीठ चवीपुरते आणि कढीपत्ता घाला.

राजश्रीला तिची ताकद आणि उत्साह प्रसूतीपर्यंत राखता आला; थकवा

जाणवला नाही.

पाककृती क्र. ४ : बातीसा

–शाझीया देशमुख, मुंबई

ऋजुता सांगतेय – ब्लड शुगर स्थिर राहाते. दिवसाची सुरुवात उत्साहात होते आणि दूपारून आळस येत नाही.

- पिस्ते-बदामांची पूड करा.
- खारीक पावडर करा.
- डिंक तूपात तळा आणि चांगला फुलवा
- सुके खोबरे किसून घ्या.
- वरील सर्व पदार्थांचे मिश्रण करून पिठीसाखर, तूप मिसळा.

सकाळी उठल्यावर एक कप दूधाबरोबर घ्या. प्रसूतीनंतर ६ महिने घेत राहा.

पाककृती क्र. ५ : भोपळ्याच्या सालांची चटणी

–ऋजुता दिवेकर, मुंबई

जेवणात थोडे चटपटीत हवेसे वाटते तेव्हा ही चटणी जरूर खा. इसेन्शियल फॅटी ॲसिड्स मिळतात. गोड खाण्याची इच्छा कमी होईल.

कृती

- भोपळ्याची साले किसून घ्या.
- कढईत तेल तापवा. मोहरी, हिंग, हिरव्या मिरच्या, हळद घालून फोडणी करा. त्यात किसलेली साले घालून परता.
- नंतर किसलेले सुके खोबरे आणि तीळ घालून परता.
- मीठ घाला.

ही चटणी सुकी असल्यामुळे ८ दिवस टिकते.

भोपळ्याची भाजी तशी फारशी केली जात नाही, मात्र पोषणाच्या दृष्टीने त्याचे फार महत्त्व आहे. भारतात भोपळा खूप वेगवेगळ्या पद्धतीने खाल्ला जातो. अगदी गोड पेढ्यापासून ते भरीत, भाजी, थालीपीठ असे बरेच प्रकार आहेत. 'सुपरफूड'च्या व्याख्येत भोपळा चपखल बसतो. त्याची साले, बिया सर्वच वापरता येते.

पाककृती क्र. ६ : मऊ भात

–ऋजुता दिवेकर, मुंबई

नवऱ्याला करण्यासाठी सोपी पाककृती. तुमच्या बायकोला नवचैतन्य मिळेल,

शरीरातील पाण्याचे प्रमाण व्यवस्थित राहील. आणि हो, तुमची बायको तुमच्यावर जास्त प्रेम करू लागेल.

कृती

- १ वाटी हातसडीचा/एकसडीचा तांदूळ धुवून घ्या.
- त्यात ७ वाट्या पाणी घाला आणि प्रेशरकुकरमध्ये किंवा पातेल्यात शिजवा.
- सढळ हाताने तूप घाला. सागरी मीठ घाला, ज्यामुळे एक विशिष्ट स्वाद येईल.
- पेज करायची झाल्यास ९ ते ११ पट पाणी घालावे लागते.

मऊ भात बाळासाठी उत्तम आहे. मुले आजारी असतील तर मऊ भात द्यावा. खरं तर कुठच्याही वयात हा समाधान देणारा आहार आहे.

४

प्रसूतिपश्चात – पूर्ववत स्थिती मिळवणे

बाळाच्या आगमनाप्रित्यर्थ मन:पूर्वक अभिनंदन. पूर्वी किंवा अगदी अलीकडच्या काळापर्यंत, प्रसूती हा स्त्रीचा पुनर्जन्म समजला जायचा. उत्क्रांतीचा सिद्धांत आणि समाज बाळाला नेहमी झुकते माप देत आले आहे. तरीही आपण व्यवस्थित निरीक्षण केले तर लक्षात येईल की, बाळंतिणीच्या आरोग्याची काही प्रथांमधून नीट काळजी घेतली जात असे.

माझे आजोबा (वडिलांचे वडील) वसईला एका मोठ्या वाड्यात राहात असत. वसई हे मुंबईच्या थोडे बाहेर समुद्रकिनारी वसलेले छोटे शहर आहे. तेथील भव्य दरवाजे, उंच छते आणि सात कुटुंबे राहू शकतील एवढी मोठी जागा याचे मला कायम आकर्षण वाटत आले आहे. पण सगळ्यात मला नवल वाटायचे ते बाळंतिणीच्या खोलीबद्दल. या खिडक्या नसलेल्या खोलीत ओली बाळंतीण प्रसूतीनंतर ४० दिवसांपर्यंत राहात असे. एखाद्या गुहेत राहिल्यासारखे तिला वाटत असावे. तिला घरकामातून सुटका असे, सात्त्विक आहार दिला जात असे; जणू काही तिला 'सायलेंट रीट्रीट' वर पाठवले जात असे. तिच्या मर्जीनुसार गुहेतून बाहेर पडायची तिला मुभा असे. थोडे कोवळ्या उन्हात बसणे, कुटुंबातील लहान मुलांची दंगा-मस्ती पाहाणे अशी करमणूक ती करून घेई आणि स्वयंपाकघरात न शिरता तिला योग्य ते खाणे ती मागवून घेई.

स्थापत्यकला/आर्किटेक्चर आपली जीवनशैली दाखवते; आपला प्राधान्यक्रम, इतिहास इ. गोष्टींवर प्रकाश पाडते. स्त्रियांना बाहेरच्या जगापासून तोडल्यामुळे त्या आपोआप स्वत:वर लक्ष केंद्रित करीत. आपल्या अस्तित्वाची जाणीवही त्यांना प्रकर्षाने होत असे. वेळ स्वत:ची काळजी घेण्यासाठी वापरला जाई. असे झाले

नाही, तर स्त्रियांवर रजोनिवृत्तीच्या/मेनोपॉजच्या काळात मुलांसाठी आयुष्य घालविल्याबद्दल खंत करण्याची पाळी येते. तात्पर्य काहीही न सांगता-सवरता एक संदेश दिला जाई — स्वत:कडे दुर्लक्ष करणे म्हणजे आदर्श माता होणे नव्हे.

बाळाच्या आधी स्वत:चा विचार करण्यासाठी एक वेगळी मानसिक ताकद लागते. विमानप्रवासात आपल्याला 'आपत्कालीन' सुरक्षेसाठी सूचना दिल्या जातात तसेच हे स्वत:ची काळजी घेणे आहे. ही ताकद आपल्याला पाठीच्या कण्यापासून मिळते. जो आपल्या गर्भाला आधार देतो, गर्भाशयप्रसरणास वाव देतो आणि कंबरेच्या स्नायूंना लवचिकता देतो. म्हणून पुढचे ४० दिवस पाठीच्या कण्याचे आभार मानायचे. स्तनपान करणे, बाळाला उचलून इकडे तिकडे फिरवणे, लंगोट बदलणे या सर्वांचा ताण कण्यावर येतो. म्हणून महत्त्वाचे म्हणजे पाठीचा कणा फक्त पूर्ववत् स्थितीत न आणता त्याला जास्त मजबूत करणे. आपण फक्त पोट सपाट करण्याचा विचार न करता हाडांची घनता वाढवायची आहे आणि कण्याभोवतीचे स्नायू बळकट करायचे आहेत.

म्हणून इथे तुमचा दृष्टिकोन काय आहे ते महत्त्वाचे ठरते. फक्त वजन घटविण्याच्या मागे लागलात तर आधी एक पाऊल पुढे आणि नंतर दोन पावले मागे अशी अवस्था होईल. मात्र 'फिटनेस' हे ध्येय ठेवलेत, तर सारासार विचार करू शकाल. हा काळ थोडा धीराने घ्यायचा आहे, वजन कमी करण्याची घाई नको. आहार, हाडांची घनता वाढविणारा व स्नायू बळकट करणारा घ्यायला हवा. असे झाले की, 'फॅट' कमी होण्याची प्रक्रिया चालू होईल.

> आपण मूर्खासारखे वजन कमी करण्याच्या नादात 'क्रॅश-डाएटिंग' केले, तर सुरुवातीला वजन कमी होईल, शरीराचे आकारमानही घटेल, पण नंतर 'सॅक्रो ओबेसिटी'चा सामना करावा लागेल. अशा लठ्ठपणात स्नायूंच्या पेशींच्या रचनेत असे बदल होतात की, त्यात जास्त 'फॅट' जमा होते आणि 'प्रोटीन'चे प्रमाण कमी राहाते.

म्हणून कदाचित आधीचे कपडे तुम्हाला होऊ लागतील, पण तुमच्या अंगावर ते पहिल्यासारखे दिसणार नाहीत. एकूणच स्थूलत्व वाढल्यामुळे जीवनशैलीशी निगडित समस्या इन्स्युलिन रेझिस्टन्स, मधुमेह इ. भेडसावतील.

मला काही पन्नाशीतील स्त्रिया सांगतात की, प्रसूतीनंतर त्यांचे पोट कमी झाले नाही आणि अर्थात ही प्रसूती सुमारे तीसएक वर्षांपूर्वी झालेली असते. हे ऐकून माझी खूप करमणूक होत असते. पण जसे माझे वय वाढतेय, तसे माझ्या लक्षात येतेय की, स्त्रिया मुले वाढविण्याच्या नादात स्वत:ला सहज विसरून जातात. म्हणून आपण आपल्या आणि बाळाच्या भल्यासाठी कसा समतोल राखावा याचा विचार करू या.

वारंवार विचारले जाणारे प्रश्न

१) प्रसूतीनंतर कधी व्यायाम चालू करायचा?

व्यायामातील महत्त्वाचे तत्त्व आहे व्यायामामुळे होणाऱ्या शरीरातील बदलांशी जुळवून घेणे जे विश्रांतीकाळात साध्य होते. व्यायामाचे सुपरिणाम विश्रांती आणि पौष्टिक आहार घेतलेल्या शरीरावर दिसतात. बाळंत होणे शारीरिक-मानसिकदृष्ट्या थकविणारे असते. म्हणून पहिले ४० ते ४५ दिवस व्यायाम करू नये, विश्रांती घ्यावी. म्हणजे मला 'बेड-रेस्ट' म्हणायचे नाहीए — बाळाला घेऊन घरात फिरा, मधे-मधे उभ्या राहा, स्वत:ची लहानसहान कामे करा. मात्र या काळात थोड्या कामाने जास्त थकवा येतो. विश्रांती घेऊन, ताजे-तवाने होऊन केलेला व्यायाम परिणामकारक ठरतो, तर दमलेल्या स्थितीत केलेला व्यायाम हानी पोहोचवतो. म्हणून विचारपूर्वक वागा. आस्ते आस्ते व्यायाम वाढवत न्या म्हणजे चार महिन्यांमध्ये तुम्ही ट्रेडमील वर पूर्वीप्रमाणे चालू लागाल आणि वेट ट्रेनिंग करू लागाल. आता एखाद्या लढवय्याप्रमाणे वागा, केव्हा माघार घ्यायची आणि केव्हा चाल करून जायचे ते ठरवा. 'ॲथलेट' जसा दोन महिने खेळापासून लांब राहून नंतर दुप्पट जोमाने स्पर्धेत सहभागी होऊन उत्तम कामगिरी करतात तसेच हे आहे. एकदा व्यायाम करायला सुरुवात केलीत की ३ ते ९ मीहने एवढ्या काळात पूर्ववत् स्थितीत याल. घाई केलीत तर मध्येच स्नायूंना इजा अथवा हार्मोन्सची समस्या निर्माण होऊन व्यायाम थांबवावा लागेल.

२) मी लाडू खायला हवेत का?

नक्कीच. हवे असल्यास अर्धा अर्धा एका वेळेस खा. पण लक्षात घ्या की, मध्यरात्री भूक लागल्यावर चॉकलेट किंवा आईस्क्रीम खाण्यापेक्षा लाडू कितीतरी पटीने आरोग्यदायी आहे. लाडूत पोषकद्रव्ये भरपूर असून, फायटोन्युट्रीएन्ट्स मुळे गट बॅक्टेरिया वाढतात. ब्लड शुगरचे नियंत्रण होते आणि त्वचेचे, केसांचे

आरोग्य सुधारते आणि लाडवांबद्दल तिटकारा कशासाठी? आपण ते व्यवस्थित 'पॅक' करून 'मार्केटिंग' केले, तर योगशास्त्राप्रमाणे लाडवांनाही जागतिक महत्त्व प्राप्त होईल. रामदेव बाबाजी, तुम्ही यांचे उत्पादन चालू केलेत तर दहा टक्के तरी 'रॉयल्टी' मला मिळायला हवी. इतना तो बनता है बॉस.

३) दूध येण्यासाठी काय विशेष करावे?

जर पॉझिटिव्ह नायट्रोजन बॅलन्स ठेवला, तर दूध येण्यास अडचण येणार नाही. आहारात प्रोटीन्स जास्त प्रमाणात ठेवायचे ते यासाठीच. पॉझिटिव्ह नायट्रोजन बॅलन्स राखण्यासाठी परिपूर्ण आहार, निवांत झोप आणि आनंदी राहाणे महत्त्वाचे. मागणी-पुरवठा तंत्राप्रमाणे, बाळाने प्यायले तर दूध येत राहाते. घरातील जाणकार स्त्री सुरुवातीला बाळाला दूध ओढण्यास मदत करते. थोडा वेळ लागतो, पण बाळ शिकते. मग प्रोलॅक्टिन आणि ऑक्सिटॉसिनमुळे दूध येण्याची प्रक्रिया पुढे चालू राहाते. या काळात तुम्ही नीट खाल्ले तर बाळही पुढे खाण्या-पिण्याची नाटके करणार नाही. आईच्या या काळातल्या खाण्यापिण्याच्या सवयींचा आणि मूल मोठे झाल्यावर त्याचे खाणे-पिणे यामध्ये संबंध असल्याचे दिसून आले आहे. मुले निरीक्षणामधून शिकतात. आपल्या बोलण्यातून नाही.

प्रसूतीनंतर लाभदायी ठरणारे नऊ अन्नपदार्थ पुढच्या भागात दिले आहेत. त्यातील काही दूध येण्यास उपयुक्त आहेत.

४) माझे 'सिझेरिअन' झाले आहे. माझे वजन कमी होण्यास वेळ लागेल का?

नैसर्गिक/सिझेरिअन प्रसूतीचा परिणाम मातेपेक्षा जास्त बाळावर होतो. प्रसूती नैसर्गिक झाली, तर बाळाच्या हाडे, स्नायू आणि गट बॅक्टेरियासाठी ती हितकारक ठरते. मातेवर फारसा परिणाम होत नाही. सिझेरिअन शेवटच्या क्षणाला नाईलाजाने करावे लागते तेव्हा आपण हतबल असतो; परंतु तुम्हाला डॉक्टर सुरुवातीपासूनच नैसर्गिक प्रसूती न करता सिझेरिअन करण्यास सांगत असतील (डॉक्टरांना तुमच्याबद्दल मनापासून काळजी वाटते असे मी गृहीत धरतेय), तर मात्र तुम्ही आधीपासूनच 'फिट' नसण्याची शक्यता अधिक आहे. प्रसूती नॉर्मल होवो किंवा सिझेरिअन, शरीर पूर्ववत होण्यास २ ते १२ महिन्यांहून जास्त काळ लागणार नाही, फक्त घाई न करणे महत्त्वाचे आहे. सावकाशीने पूर्ववत् झालात की परत स्थूल होणार नाही.

५) प्रसूतीनंतर चालू होणारा रक्तस्राव कधी थांबेल?

साधारणपणे ८ ते १० दिवसांत रक्तस्राव थांबेल. पुढच्या भागात दिलेले

आहारीय पदार्थ खाल्ल्यामुळे गर्भाशय शुद्धी होईल आणि थकवा येणार नाही किंवा अति रक्तस्राव होणार नाही.

६) रात्री अधून-मधून उठून बाळाला पाजावे लागते, त्यामुळे मला पूर्वस्थितीत येणे कठीण जाईल का?

प्रामाणिकपणे सांगायचे तर अशा अनियमित वेळापत्रकामुळे थोडाफार थकवा येणे अपरिहार्य आहे आणि म्हणूनच मी प्रेग्नंट होण्यापूर्वीपासूनच आणि पुढे पूर्ण ९ महिने 'फिट' असण्यावर भर देते.

> शारीरिक मजबूती आणि ताकद मानसिक क्षमता वाढवितात आणि भावनांना सकारात्मक करतात. औषधे आणि तंत्रज्ञान मूल जन्माला घालण्यास साहाय्यक होतील, पण शारीरिकदृष्ट्या फिट असल्यामुळे येणारा आत्मविश्वास तुम्हाला पुढील काळ सहज तारून नेण्यास मदत करेल.

बाळ फक्त रात्री जागेल असे नव्हे, तर अधून-मधून किरकिरे होईल, पोटात गॅसेस धरतील इ., तुमच्या शारीरिक आणि मानसिक बळावर तुम्ही अशा गोष्टी सहज निभावून न्याल.

प्रसूतीनंतर कामाचा ताण येऊ नये यासाठी आधीपासून नवऱ्याशी, आईशी, सासूबाईंशी बोलून त्यांची मदत घ्या आणि हो, त्यासाठी कृतज्ञता बाळगा.

हल्ली रात्री बाळासाठी जागताना स्त्रिया इमेल, फेसबुक, व्हाट्स ॲप इ. पाहाण्यात जी शक्ती खर्च करतात, त्यामुळे नकळत जास्त थकतात. ह्या गोष्टी टाळा. सगळ्या अंत:स्रावी ग्रंथींना आराम देण्यासाठी हे आवश्यक आहे. गॅजेट्समधून येणारी प्रकाशकिरणे थायरॉईड, पिट्युटरी आदी ग्रंथींचे कार्य विस्कळीत करतात.

७) मी बाहेर कधी पडू शकते?

तुम्हाला बाहेर पडण्याइतपत शक्ती प्राप्त झाली की जा. साधारणपणे ४०-४५ दिवस लागतात. काही समाजांमध्ये स्त्रियांवर या काळात बाहेर न पडण्याचे बंधनही असते. पण हल्ली माझ्या आजोबांच्या प्रशस्त घराप्रमाणेच स्त्रीचा परीघही रुंदावला आहे म्हणून कधी घरात बसून कंटाळा आला तर बाहेर नातेवाईकांकडे, मैत्रिणीकडे, कॉफी शॉपमध्ये जाऊ शकता. आजोबांच्या घरातील बाळंतिणीच्या खोलीतून बाहेरचे जग पाहायला मिळत असे आणि तरीही स्वत:कडे बघायची

फुरसत असे. १०-१५ मिनिटांच्या अंतरावर असलेल्या ठिकाणी जा आणि जिथे गेल्यावर ताजेतवाने होण्याची खात्री असेल अशाच जागा निवडा.

८) नियमित पाळी येण्यास कधी सुरुवात होईल? कामाला नियमित जाण्यास, सर्व व्यवहार नियमित होण्यास किती अवधी द्यावा लागेल?

प्रसूतीनंतर ३-४ महिने ते स्तनपान पूर्ण थांबेपर्यंत असा प्रत्येक स्त्रीच्या प्रकृतिनुसार वेळ घेतला जातो. तुमचा आहार आणि दैनंदिनी तुमच्या या नवीन वेळापत्रकाला सामोरे जाण्यास साहाय्य करेल. ज्या स्त्रिया स्वत:ची काळजी नीट घेतात, उत्साही असतात त्या त्यांच्या कामापासून पूर्ण लांब राहात नाहीत आणि म्हणून त्या लवकर आपले काम चालू करू शकतात.

एक सांगावेसे वाटतेय, प्रसूती रजा घेतल्यानंतर नोकरी सोडण्याचे ठरविले असेल, तर सुरुवातीपासून ते स्पष्टपणे सांगा. नाहीतर ज्या स्त्रियांना प्रसूती रजेनंतर परत कामावर जायचे असते, त्यांच्याकडे नाहक संशयाने पाहिले जाते. ऑफिसमध्ये प्रेग्नन्ट बायकांकडे 'टाईम-बॉम्ब' असल्यासारखे पाहिले जाते. त्या आपली प्रसूती रजा, पगार असे फायदे उठवतील आणि कुठच्याही क्षणी राजीनामा फेकतील. स्त्रियाच जगात बदल घडवून आणत असतात आणि म्हणून यच्चयावत नोकरी/व्यवसाय करणाऱ्या स्त्रियांसाठी आपण चांगले/सकारात्मक वातावरण निर्माण केले पाहिजे.

९) पट्टा बांधून पोट आत जाईल का? माझी आजी कंबरेला साडी बांधण्यास सांगते.

मी ते घट्ट पट्टे बांधण्याच्या पूर्ण विरोधात आहे. त्यानी अक्षरश: जीव घाबरतो, श्वास घेणे कठीण होते. त्यापेक्षा चांगले फॅशनेबल कपडे घालून थोडं मोठं पोट मिरवा. थोडे दिवसच तसे राहाणार आहे. जरा मोकळे-ढाकळे ठेवले तर पुरेसा ऑक्सिजन आणि रक्तपुरवठा होण्यामुळे पोट कमी होण्यास मदत होते. म्हणून खूप घट्ट असा पट्टा बांधू नका. व्यायामाचा फायदा त्रासलेल्या शरीराला किंवा तणावग्रस्त मनाला होत नाही. कंबरेला साडी बांधली तर तेथील स्नायूंना आधार मिळतो आणि श्वास मोकळा घेण्यासही अडथळा येत नाही. प्रसूतिनंतर अशक्त झालेल्या पाठीच्या स्नायूंना आधारासाठी साडी बांधण्याची पद्धत होती.

मुलांना मऊ सुती साडीच्या कपड्यांमध्ये बांधण्याची पद्धत रूढ होती. गेली कित्येक वर्षे डॉक्टर्स मुलांना बांधण्यास मज्जाव करत आहेत. आज्या मात्र यासाठी पिच्छा पुरवतात. मी मोठ्या कुटुंबातून आलेय, मी अगदी दहा वर्षांची

असल्यापासून बाळांना बांधून हातात घेऊन फिरवत असे. आता पाश्चिमात्य देशात 'प्री नेटल क्लास' (गर्भारपणी घेण्यात येणारे वर्ग) मध्ये मुलांना बांधण्याचे प्रशिक्षण दिले जाते. पूर्वापार चालत आलेल्या अशा पद्धती नव्याने शोधल्या जातात. म्हणून आजी-पणजीचे ऐका. D म्हणजे Dadi हे लक्षात ठेवा. doctor किंवा dieticion नव्हे.

१०) प्रसूतिनंतर केस गळतील का? पांढरे होतील का?

नाही, प्रेग्नन्सीमुळे तुमच्या केसांवर असा काही विपरीत परिणाम होत नसतो. मात्र प्रेग्नन्सीपूर्वी, प्रेग्नन्सीत आहार योग्य नसल्यास थायरॉईड ग्रंथींचे काम शिस्तबद्ध रीतीने होत नाही आणि म्हणून केसांच्या समस्या उद्भवतात. थोडक्यात निरोगी त्वचा, केस आणि शेवग्याच्या शेंगेसारखे सडपातळ राहायचे असल्यास सुनियोजित आहार महत्त्वाचा.

११) स्तनपान खरंच गरजेचे आहे?

हो, या दुधात बाळाचे आरोग्य टिकविण्यासाठी आवश्यक असे बॅक्टेरिया असतात. काही महिन्यांनंतर देशी गायीचे दूध थोडे पाणी घालून चालू करता येईल. त्यासाठी आधीपासून ते कुठे मिळेल याचा तपास करून ठेवा. हळूहळू भाताची पेज, नाचणी सत्त्व, डाळ-तांदळाचे पाणी इ. देण्यास सुरुवात करा.

हिमालयातील स्तनपान

हिमालयातील समाजांमधील स्थापत्यशास्त्रामधून गोष्टी सांगण्याची पद्धत मला खूप आवडते. प्रत्येक लहान खेड्यात मंदिर मध्यवर्ती असते. साधारणपणे हे मंदिर प्रशस्त आणि उठून दिसणारे असते. देवळाला अंगणही मोठे असते आणि ते नीटनेटके राखलेले असते. ट्रेकिंग करताना एखादे गाव लागले की आम्ही हमखास तेथे थांबतो. जर दुपारच्या वेळात देवळात पोहोचलो, तर एक-दोन स्त्रिया आणि गावातली बच्चे कंपनी तेथे असतात आणि बाकी सर्व स्त्रीया-पुरुष शेतावर/जंगलात गेलेली असतात. देवळातील स्त्रीया स्वत:च्या मुलांबरोबर शेजार-पाजारच्या मुलांनाही स्तनपान देत असतात. आता या स्त्रियांना विचारा, स्तनपान महत्त्वाचे आहे का? त्यांचे उत्तर असते – नक्कीच, कामावर सुटी घेऊन आम्ही त्यासाठी तर इथे थांबतो. मी देवळातून निघताना प्रार्थना करते की, या स्त्रियांनी अशीच पद्धत चालू ठेवावी. मला खात्री आहे की, गाभाऱ्याचे दार बंद असले तरी माझी प्रार्थना देव ऐकेल.

प्रसूतिपश्चात उपयुक्त नऊ अन्नपदार्थ (T_4)

मी एकदा परत ठासून सांगते की, माझ्या 'क्लाएन्ट्स' प्रसूतिनंतर सडसडीत दिसतात. कारण त्या प्रेग्नन्ट होण्याच्या आधीपासून 'फिट' असतात. माझ्या बऱ्याच क्लाएन्ट्सच्या डॉक्टर्सना सुद्धा त्या इतक्या लवकर 'फिट' झाल्याचे नवल वाटते. त्यांनी आधीपासून प्रत्यक्ष पाहिल्यामुळे ते विश्वास ठेवतात इतकेच! अक्षरशः १२ ते १६ आठवड्यांत माझ्या बऱ्याचशा क्लाएंट्सचे पोट सपाट होते. तुम्ही सुरुवातीला 'फिट्' नसाल किंवा प्रेग्नन्सीत 'अन्फिट' असाल, तर शरीराला पूर्वस्थितीस येण्यास अवधी लागेल हे लक्षात ठेवा. हळूहळू क्रमाक्रमाने व्यायाम वाढवत न्या, म्हणजे प्रेग्नन्सीनंतर तुम्ही जास्त 'फिट' सुडौल व्हाल. कुठचे अन्नपदार्थ तुम्ही खायला हवेत त्याची यादी पुढे देत आहे.

बाळंतपणात खाण्यायोग्य अन्नपदार्थ

१) T_4F_1 – गोंद/डिंक/एडिबल गम

डिंक अक्षरशः तना-मनाला खंबीर बनवतो. डिंक मेंदू धारदार करतो, पचनास मदत करतो आणि प्रतिकारशक्ती वाढवितो. डिंक लैंगिक इच्छा आणि योनिमार्ग पूर्वस्थितीत आणण्यास साहाय्य करतो. म्हणजे एका अर्थी डिंक 'अँटिएजिंग' करण्यास समर्थ आहे असे म्हणायला हवे. ज्या पदार्थामुळे लैंगिक इच्छेत वाढ होते, तो पदार्थ इन्सुलिनची कार्यक्षमताही वाढवितो. म्हणून डिंक नक्की खा.

डिंक कसा वापराल?

- डिंकाचे लाडू करण्याची प्रथा आहे. प्रसूतीनंतर लगेचच खायला सुरुवात करा. पहिल्या महिन्यात खाण्यास उत्तम.
- डिंक पाण्यात भिजवा आणि दुधात घालून खीर करा. साखर आणि केशर घाला. दुसऱ्या महिन्यात खाण्यास उत्तम.
- लाडू, खीर आवडत नसेल तर डिंक पाण्यात उकळवून ते पाणी प्या.

२) T_4F_2 – ओवा

पचनाच्या सगळ्या समस्यांवर ओवा हा उतारा आहे. ओव्यात अँटिफंगल

आणि अँटिबॅक्टेरियल गुणधर्म आहेत. त्यामुळे तुमचे व बाळाचे संरक्षण होते.

आईला बाळाला रात्री स्तनपान करायला, रडले तर शांत करायला अधेमधे उठावे लागते. जागरणामुळे पोटसुद्धा ठीक राहात नाही. गॅसेस होतात, ॲसिडिटीचा त्रास होतो. ओवा हा या त्रासावरचा हमखास उपाय आहे. ओवा हे काम, बाकी कुठचाही विपरीत परिणाम न करता साधते. इतर औषधांप्रमाणे ओवा पोषक द्रव्यांच्या पोषणात अडथळा निर्माण करत नाही.

ओवा कसा वापरावा?

- ओव्याचे पाणी – प्रसूतीनंतर सर्रास ओव्याचे पाणी अधून-मधून प्यायला दिले जाते.
- ओवा खरंगटून कणकेत मिसळावा. कणीक भिजवून परोठे करा. तसेच भाताच्या पेजेत तूप आणि थोडा ओवा घाला.
- तूपात अथवा तीळाच्या तेलात घालून पोटाला तसेच डोक्यावर चोळा.
- ओवा, बाळंतशोपा, सुके खोबरे, तीळ असे सर्व मंदाग्नीवर भाजा. एकत्र करून सुपारीसारखे खा.

3) T_4F_3 – बदाम/ममरा बदाम

सगळ्यात महत्त्वाचे म्हणजे भारतातील बदामांचा वापर करा. काश्मीर किंवा किन्नुर मधले ममरा बदाम उत्कृष्ट जातीचे असतात. या बदामातील टोकोफेरॉल्स आणि इतर फायटोन्युट्रिएन्स तुमच्या केसांना चकाकी आणि त्वचेला तकाकी देतील. त्यातील फॅटी ॲसिड्स स्नायू आणि हाडांना मजबूती देतील. पोट, मांडी आणि कुल्यावर विचित्र पद्धतीने चढलेली चरबी कमी होण्यास मदत होईल.

बदाम कसे वापरावे?

- रात्रभर भिजवा. सकाळी उठल्यावर सोलून खा. दिवसभरात अधूनमधून कधीही खाऊ शकता.
- लाडू, वड्या, बर्फीत घाला.
- एखादी प्रिय व्यक्ती घरी आली की केशर, दालचिनी, बदाम घालून 'कावा' (काश्मीरमधील चहा – हे सर्व मिश्रण पाण्यात उकळवून थोडे दूध घालतात) बनवा.

४) T_4F_4 – बाजरी

पाश्चिमात्य देशांमध्ये बाजरीला 'पर्ल मिलेट' असे लोभस नाव दिले आहे. प्रसूतीनंतर वेगाने पूर्ववत तब्येत होण्यासाठी आवश्यक अशी खनिजे, अमायनो ॲसिड्स तसेच चोथा यात आहे. बाजरी प्रतिकारशक्ती वाढविते, रक्तस्राव जास्त प्रमाणात झाल्यामुळे होणारे त्रास - खाज येणे, जंतुसंसर्ग होणे इ. कमी करण्यास मदत करते. थायरॉईड आणि इन्स्युलिनचा हार्मोन्स्ना आधार देते. मात्र बाजरी बरोबर तूप अधिक प्रमाणात खायला हवे.

बाजरी कशी खावी?

- भाकरीच्या स्वरूपात खाणे उत्तम.
- बाजरीच्या पीठाची खीर हा नोकरदार स्त्रियांना ब्रेकफास्टचा एक चांगला पर्याय आहे.
- बाजरी खीचीया – एखाद्या मारवाडी, गुजराथी शेजारणीला विचारा. त्या हौसेने करून पाठवतील. वर तूप मात्र आठवणीने घ्या.

५) T_4F_5 – बडीशेप

सगळ्यांची आवडती अशी ही मुखशुद्धी असून, त्यात उडनशील तेले आहेत. त्यात भरपूर व्हिटॅमिन्स, खनिजे असून, ॲंटिऑक्सिडन्ट म्हणून काम करते. इरीटेबल बोवेल सिंड्रोम (IBS) ट्युमर्स (गाठी) आणि कॅन्सरला प्रतिबंध करते. मारवाड्यांमध्ये बाळंतिणींना पानात गुलकंद आणि बडीशोप घालून विडा देण्याची पद्धत रूढ आहे. एकूणच प्रजनन संस्थेच्या आरोग्यासाठी बडीशोप साहाय्य करते असे मारवाडी लोक समजतात. आता 'नेसले' कंपनी बडीशोपेचे कायदेशीर हक्क विकत घेऊ पाहात आहे. काही लेकी-सुना मात्र या परंपरांचे मोल जाणत नाहीत. मी सगळ्या जातिधर्मांच्या स्त्रियांबरोबर काम करते, पण वास्तव असे आहे की, लाडू संडासात 'फ्लश' करणाऱ्या स्त्रियांमध्ये काही स्त्रिया अग्रेसर आहेत. आणि हे का करायचे? तर लठ्ठ होण्याची भीती. आत्तापर्यंत तुमच्या लक्षात आले असेल की, या सर्वांचा परिणाम म्हणजे – सॅक्रो ओबेसिटी.

बडीशोप कशी वापरावी?

- बडीशोपेचे पाणी प्यावे. वाटल्यास खडीसाखर घालावी.
- जेवल्यानंतर भाजलेली बडीशोप थोड्या गुळासोबत खावी. मुखाला

दुर्गंध येण्यापासून वाचविते.

- हलव्यावर सजावटीसाठी वापरा. पानात घालून विड्याच्या स्वरूपात खा.

६) T_4F_6 तीळ

मला तीळ खूपच आवडतात. यात इसेन्शियल फॅट्स भरपूर प्रमाणात आहेत. चवही उत्कृष्ट आहे. जगातील सर्व प्राचीन संस्कृतींमध्ये तीळाला महत्त्व दिले गेले आहे. पाठीच्या कण्याची आणि मनाची खंबीरता जपणारा असा हा बहुगुणी तीळ आहे. भूकेवर नियंत्रण आणणे, एखाद्या जागेवर साचलेले फॅट कमी करणे आणि इन्स्युलिन सेन्सिटिव्हिटी वाढविणे अशी कार्ये तीळ पार पाडतो. तीळ वेगवेगळ्या प्रकारे पाककृतींमध्ये वापरता येतो. अरबी स्त्रियांच्या चिरतरुण त्वचेचे हे रहस्य आहे.

तीळ कसा वापराल?

- तीळाचे लाडू किंवा चिक्की – सकाळी १०॥-११ वाजता किंवा संध्याकाळी ४-४॥ वाजता खाण्यासाठी उत्तम. कामाच्या ठिकाणी पण सहज नेऊ शकता.
- तीळाची चटणी – बाळंतिणीनी फार तिखट, मसालेदार पदार्थ टाळणे इष्ट असते. अशा जेवणात तीळाची चटणी लज्जत वाढविते.
- तीळाचे तेल – अंघोळीपूर्वी पूर्ण शरीरास लावण्यासाठी वापरा. चेहऱ्यावरील डाग कमी होतात. त्वचेला तकाकी येते.

७) T_4F_7 – अळीव

माझ्या 'इंडियन सुपरफुड्स' या पुस्तकात मी अळीवाला 'सौंदर्यवर्धक गोळी' असे म्हटले आहे. अळीव आयर्न ने समृद्ध आहे. थकवा आणि चिडचिड लांब ठेवण्यास समर्थ आहे. अळीव नारळाच्या दुधात भिजवल्यामुळे त्याचे पोषणमूल्य वाढते. प्रसूतीनंतर रक्तस्त्रावाबरोबर वाहून गेलेल्या खनिजांची भरपाई होते.

अळीव कसे वापरावे?

- ओला नारळ आणि गूळ घालून केलेले अळीवाचे लाडू म्हणजे एक पर्वणीच आहे. डार्क चॉकलेट खाऊन कदाचित प्रयोगात वापरलेल्या उंदरांच्या मेंदूच्या क्षमतेत वाढ होईल, पण तुमच्या-माझ्यासाठी अळीवाचे लाडूच हवेत.

- अळीव भिजवा आणि दुधात खीर बनवून खा.
- गोड नकोसे झालेय? तीळाबरोबर चटणीत थोडे अळीव मिसळा.

८) T_4F_8 – नारळ

नारळाच्या दुधामध्ये भरपूर लॉरिक ॲसिड असते, ते तुमचे आजारांपासून संरक्षण करते, मज्जातंतूंचे पोषण करते आणि मन:शांती देते. यातील इसेन्शियल फॅट स्नायूंना ताकद देते, पाठीचा कणा घट्ट करते आणि 'फॅट' जाळण्यासाठी केलेला व्यायाम सार्थ ठरविते. दूध येण्यासाठी उत्तम असा हा पदार्थ अनेकदा दुर्लक्षिला जातो.

नारळ कसा वापराल?

- शहाळ्याचे पाणी त्यातील खोबऱ्यासकट सकाळी १०॥-११ वाजता किंवा संध्याकाळी ४-४॥ वाजता घ्या (मधल्या वेळेत घेणे).
- ओला नारळ सजावटीसाठी तसेच लाडू, वड्या, बर्फी करण्यासाठी
- सुके खोबरे चटणीत, खीरीत वापरू शकता. गुळाबरोबर सुके खोबरे मधल्या वेळेस खाल्ले, तर थकवा कुठल्या कुठे पळून जातो.

९) T_4F_9 – मेथी दाणा

अमेरिकेत आता 'मेथी दाणे' दूध येण्यासाठी औषध म्हणून प्रसिद्ध झाले आहेत. तुमची अमेरिकेत प्रसूती झाली, तर बाळाला अमेरिकन पासपोर्ट आणि तुम्हाला मेथीदाणे – फेन्यूग्रीक सीड्स मिळतील. तुम्ही अगदी भरून पावाल आणि डोळ्यांत पाणी वगैरे येईल. मात्र भारतात तुमची प्रसूती झाली, तर एकीकडे आईचे नाव बाळाच्या जन्मदाखल्यात असण्यासाठी तुम्ही आटापिटा कराल, तर दुसरीकडे मात्र घरातल्या जाणत्या आत्या-मावशांनी दिलेल्या मेथीच्या लाडवांकडे पाठ फिरवाल.

असो, मेथी तुम्हाला नवचैतन्य देईल, ब्लड शुगर नियंत्रित करेल, थायरॉईड ग्रंथींना आधार देईल आणि तुमच्या बाळासाठी पुरेसे दूध तुम्हाला यायला लागेल. तर जरूर खा.

मेथी कशी वापरावी?

- इतर पोषक द्रव्यांनी समृद्ध असलेल्या पदार्थांबरोबर खाणे उत्तम. तूप, डिंक, सुके खोबरे, बदाम इ. घालून लाडू करा.

- गवार, लाल भोपळ्याच्या भाजीत फोडणीत वापरा.
- यातले काहीच नको असेल, तर पाण्यात भिजवा, पाणी प्या आणि भिजलेली मेथी खा.

बाळंतिणीचे आहार-नियोजन

वेळ	काय खाल	विशेष टिप्पणी
१) उठल्याबरोबर	भिजविलेले बदाम/ सुकामेवा/ताजे फळ + १ चमचा तूप. *डिंकाचा लाडू (सुके खोबरे, तूप आणि मेथी असलेला)	पहाटे तीन वाजल्यानंतर उठावे लागले तरी लगेच खा. परत थोडा वेळ झोप काढा. *रात्री फार जागरण झाल्यास डिंकाचा लाडू खा.
२) सकाळचा नाश्ता नाश्ता+व्हिटॅमिन बी कॉम्प्लेक्स + व्हिटॅमिन सी	बाजरीची खीर + भरपूर तूप/ओव्याचा परोठा/ कुळीथ परोठा, (ओवा घालून)/पोहे	या नाश्त्यानंतर किंवा आधी एखादी डुलकी काढा. (बाळाच्या झोपेनुसार ठरवा.)
३) नाश्ता व दुपारचे जेवण याच्या मधील वेळेत १०॥-११ वा.	ओवा/बडीशोपेचे गरम पाणी/दूध + सुकामेवा/ ताजे फळ	भूक असेल त्याप्रमाणे पर्याय निवडा.
४) दुपारचे जेवण १२-१२॥ वा. +अल्फा लाय-पॉइक ॲसिड/ फ्लॅक्ससीड, व्हिटॅमिन D किंवा प्रेग्नन्सी व्हिटॅमिन	बाजरीची भाकरी, तूप + दुधी/लाल भोपळा/ पडवळ भाजी+मूग डाळ+ सुके खोबरे चटणी + दही (घरी विरजलेले) + जेवणानंतर बडीशोप + गूळ	नाचणी किंवा तांदूळ सुद्धा वापरू शकता. भाजी तूपात बनवा. तीळ चटणी सुद्धा खोबऱ्याच्या चटणीऐवजी चालेल.
५) २॥-३ वाजता	डिंकाचा/अळीवाचा लाडू/ शोपा+धने+गूळ+शेंगदाणे एकत्र करून	हे खाणे अत्यावश्यक आहे. या वेळेला नाही जमले तर सकाळी भूक लागली की खा.

वेळ	काय खाल	विशेष टिप्पणी
६) संध्याकाळचा नाश्ता ५ च्या सुमारास	अळीवाचा लाडू/बदाम हलवा/पोळी/खाकरा/ ओवा घातलेला ठेपला + तीळ आणि सुक्या खोबऱ्याची चटणी.	इच्छा असेल ते खा. ताजे फळ सुद्धा चालेल.
७) रात्रीचे जेवण +अँटिऑक्सिडन्ट (सिलेनियम, झिंक आणि क्रोमियम असलेले) + मिक्स्ड कॅरोटीन	मूग-डाळ खिचडी/ भात + कुळथाचे पिठले/ भाताची पेज + तूप, + लाडू	रात्री बाळ जागवत असेल तर थोडे जास्त खा. नाहीतर पोट हलकं ठेवा. भूक कमी-जास्त होते, म्हणून भुकेनुसार खा.
८) झोपण्यापूर्वी + कॅल्शियम सायट्रेट (१००० मि.ग्रॅ.)	हळद-दूध + सूंठ/जायफळ किंवा भिजवलेल्या अळीवाची दुधातील खीर सुक्यामेव्याची पावडर गरज भाजल्यास	जेवण बेताने घेतले असाल तर सुक्यामेव्याची पावडर घाला.

बाळंतपणात लक्षात ठेवण्याजोगे काही.

गरोदरपणात भूक कमी-जास्त होणे तुम्ही अनुभवलेले असतेच, पण बाळंतपणात जास्ती जाणवेल.

केव्हाही खाताना लक्षात ठेवा की, पोट हलके राहिले पाहिजे. कधी १, कधी २ तर कधी अर्धीच भाकरी पुरेल.

भूक कमी-जास्त होणे दिवसभरातील एखाद्या खाण्याच्या वेळेस सुद्धा होऊ शकते; त्याची काळजी नसावी.

जर रात्री जागरण झाले, तर उलटीची भावना जेवणानंतर होण्याची शक्यता असते.

तुम्ही कोणाची मदत घेण्यास काच-कुच करू नका. तुम्हाला त्वरेने पूर्वस्थितीस येण्यासाठी व बाळाला पुरेसे दूध मिळण्यासाठी हे आवश्यक ठरते.

थायरॉईड हार्मोनचे काम गरोदरपणात खूप वाढते. त्या ग्रंथीला पूर्ववत् होण्यासाठी योग्य पोषणाची गरज असते. बाळंतपणात 'कॅलरीज' कमी घ्यायचे खूळ डोक्यात घेतलेत, तर नंतर कायमस्वरूपी हायपोथायरॉईडचा सामना करायची वेळ येईल.

लहान आकाराचे लाडू बनवा. भूकेप्रमाणे २-३ खाऊ शकता. मोठा लाडू पाहूनच कधीकधी नकोसा होतो.

खोकला-सर्दी-कणकण वाटली तर कुळथाचे अगदी पातळ पिठले व भात घ्या.

रोज मसाज करून घेतलात तर उत्तम. जर तज्ज्ञ बाई मिळाली नाही, तर स्वत:च १५-२० मिनिटे तीळाच्या तेलानी शरीराला मसाज करा. अर्ध्या तासाने अंघोळ करा.

रात्री नीट झोप झाली नसल्यास तळपायांना तूप चोळा आणि डोक्यावर तेल घाला.

बाळंतपणातील पारंपरिक पाककृती

पाककृती क्र. १ : अळीवाचे लाडू

(हलीम किंवा गार्डन क्रेस सीड्स)

–रेखा दिवेकर, मुंबई

ऋजुता सांगतेय : मला खूपच आवडतात. प्रसूतिनंतर आवश्यक अशी सगळी पोषकद्रव्ये मिळतात. स्तनपानासाठी उपयुक्त. मायक्रोबायोम (शरीरातील उपयुक्त जंतू – बॅक्टेरिया) साठी उपयुक्त.

कृती :

- ५० ग्रॅम अळीव नारळाच्या पाण्यात किंवा दुधात भिजवा.
- सुमारे एक तासाने भिजलेले अळीव नारळाच्या चवात मिसळून ठेवा. त्यात किसलेला गूळ (नारळाच्या चवाच्या अर्धा) घाला. तासभर ठेवून द्या.
- आता पितळेच्या पातेल्यात थोडेसे तूप घेऊन गरम करा. त्यात नारळ-गूळ-अळीवाचे मिश्रण घालून सुके होईपर्यंत ढवळत राहा.
- यात जायफळ पावडर घाला आणि लाडू वळा.

ओला नारळ असल्यामुळे फार टिकत नाहीत. फ्रीझमध्ये आठवडाभर राहातील.

पाककृती क्र. २ : डिंकाचा 'राब'

–संध्या राणावत, राजस्थान/सिंगापूर

ऋजुता सांगतेय – पुरुषांनासुद्धा सहज करता येईल असा हा पदार्थ आहे. तेव्हा मुलीसाठी/पत्नीसाठी/बहिणीसाठी करा. पदार्थ करण्यासाठी क्रमवार सूचना देतेच आहे.

कृती :

- जाड बुडाच्या पातेल्यात तूप तापवा.
- तूप तापले की डिंक घाला आणि झाऱ्याने हलवा. डिंक फुलून येईल.
- चांगला फुलल्यावर गरम पाणी घाला.
- डिंक विरघळेपर्यंत ढवळत राहा.
- यात गूळ, सूंठ पावडर, पिंपरमूळ, बदाम आणि नारळ घाला.
- २ मिनिटे उकळवा. गरम गरम प्यायला द्या.

हे प्यायल्याने शक्ती भरून येते. प्रसूतीनंतर दुसऱ्या-तिसऱ्या दिवशी प्यायला उत्तम.

पाककृती ३ : मेथी दाण्यांची उसळ

–आरती मराठे, पुणे

ऋजुता सांगतेय – पूर्वस्थितीस येण्यास आणि पुरेसे दूध येण्यासाठी उपयुक्त. मोड आणण्याच्या प्रक्रियेमुळे पोषकद्रव्ये सहज प्राप्त होतात.

कृती :

- मेथी रात्रभर भिजवा.
- सकाळी पाणी काढा. मेथी दाणे सुती कपड्याने कोरडे करा आणि त्याच फडक्यात मोड येण्यासाठी बांधून ठेवा.
- चांगले मोड आले की उसळ करायची (अंदाजे १२ तास लागतात)
- तेल गरम करून त्यात मोहरी, जिरे, हिंग, कढीपत्ता आणि हळद घालून फोडणी करा. त्यात मेथी घालून परता आणि थोडी वाफ काढा.
- आता पाणी घाला. तिखट, मीठ, आमसुले घालून शिजवण्यास ठेवा.
- शिजत आली की गूळ घाला व पूर्ण शिजेपर्यंत मंद आचेवर ठेवा.
- नारळ-कोथिंबीरीने सजवा
- पोळी-भाकरी बरोबर गरम गरम उसळ वाढा.

पाककृती क्र. ४ : हरीरा

–आरती गौतम, उत्तर प्रदेश

ऋजुता सांगतेय – त्वचा-नखे-केसांसाठी उपयुक्त असा आजीच्या बटव्यातील पदार्थ.

कृती :

- एक वाटी खारीक, अर्धी वाटी बदाम, अर्धी वाटी काजू आणि एक चतुर्थांश वाटी अक्रोड यांची जाडसर पूड करा.
- एका पातेल्यात ४-५ टेबलस्पून्स तूप घ्या. गरम झाले की त्यात एक चमचा ओवा घाला. तडतडू लागला की वरील मिश्रण त्यात घाला.
- मंद आचेवर सुगंध येईपर्यंत परता.
- मग २॥-३ वाट्या पाणी घाला आणि उकळवा.
- त्यात एक चमचा सूंठ पावडर, १/४ चमचा जिरे, थोडेसे बेदाणे तसेच गूळ घाला. तूप सुटेपर्यंत मिश्रण हलवत राहा. वरून आणखी तूप सोडा. थंड करा. २-३ दिवस राहाते.

शक्ती प्रदान करते. दूध येण्यासाठी उपयुक्त ठरते.

पाककृती क्र. ५ : खोबरे-खसखस खीर

–उमा कुलकर्णी, महाराष्ट्र

ऋजुता सांगतेय – अधे-मधे पिण्यासाठी, रात्री जागताना प्यायले तर ऊर्जा मिळविण्यासाठी उपयुक्त. झोप शांत येण्यास मदत करते.

कृती :

- १ वाटी किसलेले सुके खोबरे भाजून घ्या.
- १ मोठा चमचा खसखस वास दरवळेपर्यंत भाजा.
- दोन्ही एकत्र करून मिक्सरमधून जाडसर होईल इतपत वाटून घ्या.
- तीन वाट्या दूध उकळवा.
- दुधाला उकळी आली की, खोबरे-खसखशीचे वाटण घाला. पाच मिनिटे मंद आचेवर ठेवा.
- वेलची पावडर, जायफळ पावडर, ४-५ बदाम भिजवून-सोलून-तुकडे करून घाला. चवीला साखर घाला.

ही खीर खाऊन बाळाला स्तनपान केले तर बाळही निवांत आणि नेहमीपेक्षा जास्त वेळ झोपेल.

पाककृती क्र. ६ : कालो जीरो रोसून भाजा

–देवश्री, कलकत्ता

ऋजुता सांगतेय – मसाल्याच्या पदार्थांचे मिश्रण पचनास आणि दूध येण्यास साहाय्यभूत होते. पोट जड झाले असल्यास जरूर घ्या.

कृती :

- तूपामध्ये जिरे, कांद्याचे बीज (कलोंजी), ओवा, २-३ पाकळ्या लसूण, थोडी काळी मिरी घालून फोडणी तयार करा.
- लसूण लालसर झाली की काळे मीठ घाला
- जेवताना पहिल्या २-३ घासांएवढा भरेल इतक्या भातावर ही फोडणी घाला. बाकीचा भात नेहमीप्रमाणे आमटीबरोबर घ्या.

प्रसूतीनंतर दुपारच्या जेवणाच्या सुरुवातीला हे खाण्याची प्रथा इथे रूढ आहे. गर्भाशयाच्या आकुंचनासाठी, प्रतिकारशक्ती वाढविण्यासाठी, पचन सुधारण्यासाठी उपयुक्त.

पाककृती क्र. ७ : बाळंतिणीची सोलकढी

–मेदिनी पाठारे – कोरगावकर, गोवा

ऋजुता सांगतेय – कोकम आरोग्यासाठी अतिशय हितकारक असून, नारळाबरोबर घेतल्याने लैंगिक इच्छेत वाढ करण्यास समर्थ ठरते.

कृती :

- आमसुले पाण्यात तास-दोन तास भिजवून ठेवा.
- जेवायला बसताना ओला नारळ वाटून रस काढा. वाटताना दोन पाकळ्या लसूण, ओवा आणि रंगासाठी थोडी काश्मिरी लाल मिरची घाला. (गोव्यात तेथील बुटक्या लाल मिरच्या वापरतात.) या रसात कोकमाचा रस घाला.
- चवीला मीठ, साखर आणि सजावटीला कोथिंबीर घाला.

पचनास उपयुक्त, पोटातील जंतांवर उपाय.

पाककृती क्र. ८ : मेलोग्रा

–रूपा वासन, बंगलोर

ऋजुता सांगतेय – शेपूचे डाळ-तांदळाबरोबरचे हे मिश्रण खनिजे आणि मायक्रोन्युट्रिएन्टस् च्या शोषणासाठी खूप उपयुक्त आहे.

कृती :

- तूरडाळ आणि चिरलेली शेपूची पाने किंचित हळद, थोडे तेल घालून कुकरमध्ये चांगली शिजवून घ्या.
- १ छोटी वाटी खवलेला नारळ, दोन चमचे तांदूळ पीठ, ३-४ हिरव्या मिरच्या, कोथिंबीर, एक चुतर्थांश चमचा हळद, हिंग (चिमूटभर), २ लसूण पाकळ्या यांचे मिक्सरमधून बारीक वाटण करा.
- शिजलेल्या डाळ-शेपूंच्या मिश्रणात हे वाटण घाला. १० मिनिटे मंद आचेवर उकळू द्या.
- मोहरीची फोडणी वर ओता.

भातावर गरम गरम वाढा. तूप घालायला विसरू नका.

पाककृती क्र. ९ : मन्थकल्ली वट्ठलस्

–श्रीकला गणेश केरळ/तामिळनाडू

ऋजुता सांगतेय – अगदी साधी, सोपी पाककृती आहे. शेवगा आता त्याच्या पौष्टिक गुणधर्मांमुळे चांगलाच प्रकाशझोतात आला आहे. त्याची पाने, शेंगा अत्यंत उपयुक्त आहेत. अर्थात् आपल्या देशात त्याची किंमत अजून कळलेली नाही. गरीब माणसाचे अन्न म्हणून त्याच्याकडे पाहिले जाते.

शेवग्याप्रमाणेच 'मन्थकल्ली वट्ठल' केरळ, तामिळनाडूत आढळते.

कृती :

- 'मन्थकल्ली वट्ठल' तूपात थोडेसे परता आणि भाताबरोबर खा.
- अशाच प्रकारे शेवग्याची पानेसुद्धा तूपावर परतून भाताबरोबर खाऊ शकतो.

नवमातेस दूध येण्साठी अत्यंत उपयुक्त.

पाककृती १० : ओव्याचे पाणी

–सारिका धीरज ओसवाल, वम्सडा (सूरतजवळ)

ऋजुता सांगतेय – आणखी एक नवऱ्याने करण्यायोग्य पदार्थ. बाकीचे सुद्धा केले तर माझी काहीच हरकत नाही, पण खास नवऱ्यासाठी दिले आहेत ते तरी कराच.

कृती :

- ३ चमचे तूप पातेल्यात गरम करा
- ३ चमचे गूळ घाला.

- १ भांडे पाणी घाला
- गूळ वितळला की २ चमचे ओवा घाला.
- उकळवा. गरमगरम पिण्यास द्या.

शरीरातील विजातीय पदार्थांचा निचरा करण्यासाठी प्रसूतीनंतर ३ दिवस हे पाणी द्या. त्यानंतर ओवा घनस्वरूपात बदाम, खोबरे, डिंक, गूळ, खारीक इ. बरोबर खाऊ शकता.

व्यायामाबद्दल माहिती

व्यायाम करायचा का नाही?

खरे म्हणजे, हा प्रश्नच उद्भवत नाही. पण खरा प्रश्न असा आहे की, 'आई'ची नवीन भूमिका निभावण्यासाठी स्वत:ला कसे तयार करायचे? ताकद, सहनशक्ती कुठून मिळवायची? स्त्री ही अनंतकाळची माता असे म्हटले जाते. आईपण निभावण्यासाठी स्नायू आणि मेंदू सक्षम हवेत. त्यासाठी व्यायाम करायलाच हवा.

व्यायामाचा फायदा ताकद, लवचिकता, सहनशक्ती, चपळता वाढविण्यासाठी होतो. गरोदरपणात आणि बाळंतपणात मात्र ताकदीचे महत्त्व जास्त आहे. याची तीन महत्त्वाची कारणे आहेत.

१) ताकद उत्तम म्हणजे स्नायूंची मजबुती. यामुळे इन्स्युलिन सेन्सिटिव्हिटी वाढते आणि मधुमेह किंवा इतर काही समस्या उद्भवण्याची शक्यता कमी होते.

२) वजन पेलणाऱ्या सांध्यांचे संरक्षण होते. कंबर आणि पाठीच्या कण्यावर गरोदरपणामुळे येणारा ताण कमी होतो.

३) शरीर, विशेषकरून पाठीचा कणा, मजबूत झाला की प्रसूतीनंतर पोट सपाट होण्यास वेळ लागत नाही.

स्नायूंची मजबुती वाढविण्यासाठी आणि फॅट कमी करण्यासाठी 'स्ट्रेन्थ ट्रेनिंग' आश्चर्यकारकरीत्या उपयुक्त ठरते. नेमका हाच व्यायाम आपण 'पुरुषी' दिसू या भीतीने टाळला जातो. वेट ट्रेनिंग (स्ट्रेन्थ ट्रेनिंग) गरोदरपणात हानिकारक असल्याचाही गैरसमज आहे.

ज्यांनी 'डोन्ट लूज आऊट, वर्क आऊट' (व्यायामाशी मैत्री, आरोग्याची खात्री) वाचलेले आहे त्यांना माहिती असेल, पण इतरांसाठी म्हणून सांगायला हवे की, 'गर्भारपण' म्हणजे 'हेवी वेट लिफ्टिंग'च आहे. वेट ट्रेगिंग तर हलकी वेटस् घेऊन केले जाते. इतकी हलकी की १२-१५ रीपिटेशन्स सहज करता येतील. ३० मिनिटांहून जास्त वेळ लागत नाही, तुमची हेअर स्टाईल बिघडत नाही आणि ओव्हरीज ना (बीजांडकोष) रक्तपुरवठा आणि ऑक्सिजन पुरवठा व्यवस्थित होतो.

गर्भारपणात सुद्धा 'वेट ट्रेनिंग' करणे सुरक्षित आहे कारण यात धक्के बसत नाहीत. काही मशीन्सच्या साहाय्याने विशिष्ट स्नायूंना व्यायाम मिळतो. यामध्ये तुमच्या पोटावर काही ताण येण्याची सुतराम शक्यता नसते. गर्भारपणात उडी मारणे धोक्याचे, कारण त्यामुळे धक्का बसतो (इम्पॅक्ट एक्सरसाइज) प्रसूतीनंतर सैलावलेले स्नायू घट्ट होण्यासाठी वेट ट्रेनिंग चालना देते.

याचा अर्थ 'कार्डिओ' किंवा 'योगासने' करू नये असा होतो का? 'बेड रेस्ट' घ्यावयास सांगतात, त्याचे काय? त्यासाठी वारंवार विचारले जाणारे प्रश्न पुढे दिले आहेत. पण तत्पूर्वी व्यायामाबद्दल काही महत्त्वाच्या गोष्टींचा, खास गर्भारपणात व बाळंतपणात उपयुक्त, ऊहापोह करू या.

१) व्यायाम आणि 'गट बॅक्टेरिया'

व्यायामाच्या अनेक अज्ञात फायद्यांपैकी एक म्हणजे त्याचा मायक्रोबायोटावर होणारा परिणाम. मायक्रोबायोटा धडधाकट गर्भारपण आणि नंतर बाळाचे आरोग्य यासाठी इतकी महत्त्वाची भूमिका निभावते की, त्यापुढे 'फॅट' कमी होणे, 'फ्लॅट (सपाट) पोट होणे' हे फायदे यकश्चित वाटावेत. 'ब्युटिरेट' निर्माण करणाऱ्या बॅक्टेरियांची प्रजा व्यायामामुळे वाढते. या बॅक्टेरियांमुळे बद्धकोष्ठता आणि 'गॅस'च्या समस्या दूर होतात, प्रतिकारशक्तीला बळ मिळते, इन्स्युलिन रेझिस्टन्स कमी होतो (इन्स्युलिन कार्यक्षम होते). खरे म्हटले तर व्यायाम निरामय आरोग्यासाठी इतका महत्त्वाचा आहे की, तुमचे डॉक्टर बुरसटलेल्या वृत्तीचे असल्यामुळे व्यायामावर बंदी घालत असतील, तर डॉक्टर बदला.

> व्यायाम आपल्या जीवनाचा अविभाज्य भाग असायला हवा. कारण व्यायाम मजबूत स्नायूंसाठीच नव्हे, तर मेंदूसाठीसुद्धा आवश्यक आहे.

> 'गट मायक्रोबायोटा' (आतड्यातील उपयुक्त जंतू) आणि मेंदू यांचे निकटचे संबंध आहेत. म्हणून प्रेग्नन्सीपूर्वी तणावमुक्त राहण्यासाठी, प्रेग्नन्सीतील अस्वस्थता टाळण्यासाठी आणि प्रेग्नन्सीनंतर कोलमडून न पडण्यासाठी व्यायाम करायलाच हवा.

प्रसूतीनंतरची उदासीनता (Postparturn depression) टाळण्यासाठी 'मायक्रोबायोटा' (शरीरातील उपयुक्त जंतू) उत्तम प्रतीचा हवा. व्यायामामुळे 'मायक्रोबायोटा'ला बळ मिळते.

२) थर्मो रेग्युलेशन (तापमान नियमन)

व्यायाम करताना खर्च होणारी ऊर्जा दोन भागांमध्ये विभागली जाते १) प्रत्यक्ष व्यायामात वापरली जाणारी ऊर्जा २) शरीराचे तापमान कमी करण्यासाठी खर्च होणारी ऊर्जा.

गरोदरपणात शरीराचे तापमान कमी करण्यासाठी खर्च होणारी ऊर्जा खूप प्रमाणात वाढते. यामुळे तुम्हाला खूप जास्त प्रमाणात व्यायाम केल्यासारखे वाटू शकते. वास्तवात मात्र हा थकवा तापमान नियमनासाठी खर्च झालेल्या ऊर्जेमुळे वाटत असतो. (व्यायाम केल्यामुळे तापमान वाढते). म्हणून खेळती हवा असलेल्या खोल्यांमध्ये, सैलसर कपडे घालून, अधून-मधून पुरेसे पाणी पिण्याची दक्षता घेऊन व्यायाम करायला हवा. असे केलेत की तुमची ताकद, हृदय-फुफ्फुसांची क्षमता वाढेल आणि तुम्हालाही गळून गेल्यासारखे होणार नाही.

वारंवार विचारले जाणारे प्रश्न

१) गर्भारपणात 'कार्डिओ' प्रकारचा व्यायाम करू शकते का?

कार्डिओ एक्सरसाइजमधील सायकलिंग आणि स्विमिंग (पोहोणे) हे पर्याय निवडावेत. यात तुम्ही स्वत:चे आणि अर्थात् बाळाचेही वजन पेलत नसता. त्यामुळे कंबर, पाठ, गुडघे, घोटे तसेच गर्भ सुरक्षित राहातात. यात फक्त हृदय आणि फुफ्फुसांना व्यायाम मिळून त्यांची ताकद वाढते. फॅट कमी होते, रक्तपुरवठा जोमाने होऊ लागतो आणि पोटाला जराही धक्का बसत नाही.

'चालणे' हे हालचाल म्हणून करणे सुरक्षित आहे, मात्र व्यायाम म्हणून 'चालणे' निवडलेत, तर वेग वाढवावा लागतो, चढ-उतारावर चालावे लागते, अशावेळी काळजी घेतलेली बरी. ज्या व्यक्ती आधीपासून 'फिट' आहेत, त्यांनी

हा व्यायाम करा. मात्र नव्याने 'चालणे' हा व्यायाम म्हणून निवडू नये. 'ॲक्टिव्हिटी' म्हणून मर्यादित ठेवावी.

चालणे हा 'वेट बेअरिंग' (स्वतःचे वजन पेलणे) प्रकारचा व्यायाम आहे. यात शरीराच्या मध्यभागावर ताण येतो – कंबर, पाठ, पोट जर गर्भारपणात काही समस्या आल्या आणि व्यायाम टाळायला सांगितले तर चालणे व्यायाम म्हणून टाळा आणि सायकलिंग, पोहोणे यासारखे पर्याय निवडा. स्ट्रेन्थ ट्रेनिंग करा.

'चालणे' हा 'व्यायाम' म्हणून निवडणे सोपे असते, पण सुरक्षिततेचा विचार करता पोहणे, सायकलिंग योग्य ठरते. मला तर 'इनडोअर सायकलिंग' या वेळेस करणे जास्त संयुक्तिक वाटते. कारण तुम्ही ते AC लावून करू शकता. घामाघूम होण्याचा प्रश्न उद्‌भवत नाही.

२) योगासनांबद्दल काय सांगाल?

'योगाभ्यास' ही जीवनशैली आहे, नुसता व्यायाम नव्हे. योगासने करणे सुरक्षित मानले जाते हे खरे, पण गुरू मात्र उत्तम निवडायला हवा. 'अय्यंगार योगा फॉर मदरहूड' हे पुस्तक वाचून त्यातल्या सूचना पाळणे हितावह आहे. अय्यंगार योगा क्लासेस फॉर प्रेग्नन्सी ऑनलाइन चालू व्हायला हवेत म्हणजे मुंबईबाहेरील लोकांनाही त्याचा फायदा घेता येईल. हे वर्ग गर्भारपणाच्या पाचव्या महिन्यात चालू होतात आणि नवव्या महिन्यापर्यंत चालतात. सुनियोजित असे हे वर्ग असून, या योगासनांचा फायदा आई आणि बाळ दोघांना होतो. वजन तोलणाऱ्या सांध्यांवर भार न आणणारी, ऑक्सिजन आणि रक्त पुरवठा वाढविणारी आसने यात अंतर्भूत आहेत.

३) झुंबा/नाच/पाण्यातील योगासने याबद्दल काय सांगाल?

झुंबा/नाच आधीपासून करत असाल तर सर्वप्रथम तुमची 'गुड न्यूज' क्लासमध्ये जाहीर करा. तुम्हाला मिठ्या मारून, किंचाळून आनंद व्यक्त केला जाईल.

(झुंबा आणि नाचाचे शिक्षक साधारपणे आपल्या भावना उत्कटपणे दर्शवितात.) क्लासमध्ये काय करायचे आणि काय नाही याबद्दल सूचना देतील. त्यांचे पालन करा. जागच्या जागी धावणे, उड्या मारणे यासारखे धक्का बसणारे प्रकार करू नका.

गर्भारपणाच्या पाचव्या-सहाव्या महिन्यापासून सरकण्याच्या हालचाली गुडघ्याच्या 'लीगामेन्ट्स'च्या दृष्टीने कठीण होतील. चांगला शिक्षक तुम्हाला योग्य मार्गदर्शन करेल.

पाण्यातील योगासने करण्यात काहीही धोका नाही. ज्यांना 'बेड-रेस्ट' घ्यायला सांगितली असेल त्यांच्यासाठी तर हा उत्तम व्यायाम प्रकार आहे. पाण्यात तुम्ही जवळजवळ वजनरहित असता. झोपून राहण्यापेक्षा सुद्धा हे फायदेशीर आहे. हाडांना मजबुती येते, स्नायूंना आकार येतो. अंग आंबणेही होत नाही. या व्यायामप्रकारात 'एक्सेंट्रिक मुव्हमेन्ट' नसते. (एक्सेंट्रिक मुव्हमेन्ट म्हणजे शरीर गुरुत्वाकर्षणाच्या प्रभावामुळे आकुंचन पावणे किंवा स्नायू ताणणे) यामुळे गर्भारपणात हा अत्यंत सुरक्षित मानला जातो. हल्ली काही ठिकाणी पाण्यात बसवून प्रसूती केली जाते – Water birth. यामागे हेच तत्त्व वापरले आहे.

४) माझ्या डॉक्टरनी 'चालणे' हा अपवाद वगळता कुठचाही व्यायाम करण्यास बंदी घातली आहे. आता काय करू?

गायनॅकॉलॉजिस्ट – स्त्रीरोगतज्ज्ञ, हृदयरोगतज्ज्ञ किंवा इतर कोणत्याही विशिष्ट शाखेतील तज्ज्ञ डॉक्टरांनी व्यायामाच्या विज्ञानाचा अभ्यास केलेला नसतो. त्यामुळे कधीकधी चुकीचे मार्गदर्शन केले जाते. Don't lose out, work out व्यायामाशी मैत्री, आरोग्याची खात्री – या पुस्तकात तुम्हाला सविस्तर माहिती मिळेल. पण काही मूलभूत गोष्टी पुढे देत आहे.

- व्यायाम निरामय आरोग्यासाठी अत्यावश्यक आहे. तसेच तो धडधाकट गर्भारपण, प्रसूती आणि प्रसूतीनंतर शरीर पूर्वस्थितीला येण्यासाठीही तितकाच महत्त्वाचा आहे.
- जगातील सर्व नामांकित प्रसूती स्त्रीरोगतज्ज्ञांच्या संस्थांमध्ये, यात 'अमेरिकन कॉलेज ऑफ ऑबस्टेस्ट्रिशिअन्स अँड गायनॅकॉलॉजिस्टस्' ही आहे, व्यायाम फक्त सुरक्षितच समजला जात नाही तर मुद्दाम करावयास सांगतात.
- जी स्त्री चालण्याचा व्यायाम गर्भारपणात करण्यास समर्थ असते (वजन पेलणारे सांधे 'बायोमेकॅनिकल फोर्सेस' जैवयांत्रिक ताण सहन करू शकतात) ती योगासने, वेट ट्रेनिंग, सायकलिंग, पोहणे सगळे करू शकते. सांध्यांना भारी पडणारा व्यायाम खरे तर 'चालणे' हाच आहे.

'फिटनेस'चे ताकद, लवचिकता, चपळता, दमछाक असे वेगवेगळे निकष आहेत. 'चालणे' या व्यायामप्रकारामुळे तुमची हालचालीची क्षमता वाढते. स्ट्रेन्थ ट्रेनिंग, पोहणे, योगासने या व्यायामप्रकारांमुळे ताकद, हृदय-फुफ्फुसांची क्षमता वाढते आणि शरीराची तोल सांभाळण्याची क्षमता वाढते. त्याचवेळेस 'ग्लुकोज

अपटेक' — रक्तातील साखर खर्च करण्याची क्षमता वाढते. गर्भारपणात मधुमेह आणि ब्लडप्रेशर उद्‌भवत नाही. प्रसूतिपश्चात थायरॉईडची समस्या येत नाही.

स्क्वॅटिंग डिलीव्हरी
उकिडवे बसून प्रसूती

मी रूईया कॉलेजमध्ये सन २००५ ते २००९ पर्यंत जिम चालवत असे. आमच्या पहिल्या दहा सभासदांमध्ये तीन स्त्रीरोगतज्ज्ञ होते. त्यांना स्वत:ला व्यायामाचे फायदे उमगल्यावर त्यांनी PCOD असलेल्या स्त्रियांना 'स्ट्रेन्थ ट्रेनिंग' करायला सांगण्यास सुरुवात केली. एकीने तर ज्या स्त्रिया सक्षम आहेत त्यांची उकिडवे बसून प्रसूती करण्यास सुरुवात केली. गुरुत्वाकर्षणाच्या प्रभावामुळे बाळ खाली येण्यास कमी वेदना होतात. स्क्वॅटींग डिलीव्हरीला नैसर्गिक 'एपीड्युरल' कळा कमी करण्याचे औषध असे समजण्यास हरकत नाही. आडवे पडून कळा येतात तेव्हा गुरुत्वाकर्षणाचा फायदा स्त्रीला मिळू शकत नाही. योगशास्त्रात अशी बसून प्रसूती करण्याच्या स्थितीला कलिका-आसन असे म्हणतात. विश्वास ठेवा माझ्यावर, जसे 'इंडियन टॉयलेट, उकिडवे बसून शौच करणे' आता 'स्क्वॅटी पॉटी' म्हणून मान्यता पावले आहे. तसेच 'कलिका-आसनाचे' ही पुनरागमन होणार.

५) व्यायामासाठी उत्तम वेळ कुठची?

व्यायामासाठी कुठचीही वेळ तसे म्हटले तर चालते; परंतु गर्भारपणात जेवणानंतर व्यायाम केलेला चांगला. सकाळपेक्षा संध्याकाळची वेळ चांगली. याचे कारण अर्थातच सकाळी होणारी मळमळ, उलटीची भावना इ. दुपारच्या जेवणानंतर तब्येत व्यवस्थित राहाते. आणखी एक कारण म्हणजे दिवसभराचे व्यवहार उरकून तुम्ही व्यायाम करता, त्यामुळे व्यायामाने थकवा आला म्हणून दैनंदिन कामांना सुट्टी असे होत नाही. संध्याकाळी व्यायाम करू शकणे म्हणजे तुम्ही दिवसभराची कामे-धामे उरकूनही उत्साही असता आणि जबरदस्तीने व्यायाम करत नाही. याचे कारण दिवसभर योग्य आहार घेतलात, द्रवपदार्थ पुरेसे घेतलेत तरच संध्याकाळी व्यायाम करायची इच्छा होईल. लक्षात घ्या, जबरदस्तीचा व्यायाम 'गट

मायक्रोबायोटा'वर विपरीत परिणाम करतो. म्हणून जबरदस्त इच्छाशक्ती वगैरे गर्भारपणात नको; व्यायामाची उद्दिष्टे सफल होणार नाहीत.

संध्याकाळच्या व्यायामाचे आणखी काही फायदे

- संध्याकाळी हवा थोडीशी थंड होते त्यामुळे शरीराचे तापमान नियमित करण्यासाठी ऊर्जेचा व्यय कमी होतो. थकवा न येता जास्त व्यायाम करता येतो.
- रात्रीच्या जेवणातील पोषकतत्त्वे शोषून घेण्यास हितकारक ठरतो.
- झोप गाढ येण्यास मदत होते.
- दुसऱ्या दिवशी उठल्यावर ताजे-तवाने, उत्साही वाटण्याची शक्यता वाढते.

६) मला व्यायाम करण्यासाठी ताकद नाही.

काळजी नको, बिनधास्त राहा. एखादी चक्कर बागेत मारून या. तेथे मुले बागडताना, भांडताना, मजा करताना दिसतील, योग्य आहार दुपारची आणि रात्रीची विश्रांती तसेच शरीरातील द्रव पदार्थांचे प्रमाण यावर लक्ष केंद्रित करा. असे केल्याने काही दिवसांत व्यायाम करावासा वाटेल. सुरुवातीला २० ते ३० मिनिटे सुद्धा करण्याची गरज नाही. अगदी ५ मिनिटांपासून सुरू करा आणि मग हळूहळू वाढवत न्या. ऊर्जा खर्च केली तरच हळूहळू वाढविता येते हे लक्षात ठेवा. ताजे फळ खाल्ल्यावर किंवा जेवल्यावरच व्यायाम करा म्हणजे व्यायामाचा उत्साह टिकून राहील.

७) प्रसूतीनंतर 'फंक्शनल ट्रेनिंग' परत चालू करू का?

सातत्याने दहा-पंधरा वर्षे करत असाल तर चालू करा, नाहीतर घाई करू नका. वेट ट्रेनिंग करण्यावर भर द्या. इथे परत 'धक्का' हा मुद्दा येतो. धक्के कमी बसले आणि दोन 'सेटस्' मध्ये विश्रांती घेतली, तर शरीरासाठी चांगले असते, तापमान-नियमनासाठी फायदेशीर असते. गर्भारपणात पेक्स (छाती) लॅटस् (पाठी), क्वॅड्स आणि हॅमस्ट्रिंग्ज (पाय) ह्या स्नायूंना व्यायाम मिळेल अशी मशिन्स वापरा. यामध्ये पूर्ण शरीराचे वजन पेलावे लागत नाही. तसेच वजन पेलणाऱ्या सांध्यांवर ताण येत नाही. हल्लीच्या 'जिम्स' मध्ये असलेली मशिन्स आधुनिक असून, शरीराला हानी पोहोचणार नाही अशी त्यांची रचना असते. चांगल्या 'जिम' मध्ये पैसे घालणे व्यर्थ जात नाही. आत्मविश्वास नसेल तर चांगल्या 'ट्रेनर'वर खर्च करण्यास काचकूच करू नका.

- 'ॲक्टिव्ह' राहा, दिवसभर इकडे-तिकडे करत राहा.
- एखादे दिवशी व्यायाम करावासा वाटला नाही तर केवळ तो दिवस व्यायामाचा आहे म्हणून करू नका. सुटी घ्या.
- सहजतेने होईल इतका व्यायाम करा.
- ३०-४० मिनिटे व्यायाम करा.

Weekly Training Calendar and Exercise Plan

1. Weekly training calendar during pregnancy and post delivery (after forty days)

Beginners (never worked out or less than 1 year)	Intermediate (1-5 years of some exercise or the other)	Advanced (5 and more and an active life)
Day 1 (D1) - Yoga	D1 - Yoga	D1 - Yoga
D2 - Rest	D2 - Cardio 20 mins	D2 - Cardio 20 mins
D3 - Weight training	D3 - Rest	D3 - Weight training
D4 - Rest	D4 - Weight training	D4 - Rest
D5 - Yoga	D5 - Yoga/Rest	D5 - Yoga
D6 - Rest	D6 - Rest	D6 - Weight training
D7 - Rest	D7 - Weight training	D7 - Cardio 20 mins/Rest/Yoga

2. Safe and recommended weight-training exercises during pregnancy.

Target body part	Exercise name and a special tip	Advantages
Legs The largest muscle group that will bear all the weight you will gain during pregnancy. 1-2 sets with 10-15 reps each. Pick 2-3 exercises from the list.	Squats - Use your body weight or squat under a light bar. Leg extension - The seated extension machine. Seated leg curl - Avoid the one where you lie down on your stomach. Stiff leg deadlift - Only if you are used to it.	- Calf cramps, swollen feet and hypertension, each one of them can be prevented by training your legs smartly. - The key is to build stronger muscles and to provide the stimuli for accumulating more bone mineral density during and after pregnancy.
Back An untrained back will bring with it a collapsed chest and sagging boobs. As the breast tissue enlarges, it's these muscles that literally	Lat pull down - Use the machine and have someone bring the bar down to your shoulder height before you start. Seated rows - Use machines that	- A toned back is a priceless asset during and post pregnancy. It ensures that you never have a bad back day, makes it easier for you to bear labour pain, and it is your

Target body part	Exercise name and a special tip	Advantages
form their back support and help them stay taut and firm. 1-2 sets with 10-15 reps each. pick 2 exercises from the list.	don't squeeze your front body or learn to readjust distance from the chest pad. Shrugs - Use dumbbells for your shrugs and squeeze all the way to your ears.	secret route to getting back to a flat stomach post delivery. - A strong back also ensures that you don't get the duck walk during the last stages of pregnancy.
Chest Chest is a pushing muscle and upper body strength is important to push the baby out. A stronger chest also ensures that your upper body stays upright and doesn't begin to collapse on the lower body. 1-2 sets with 10-15 reps each. Perform any 2	Chest press - if you have never weight trained, use the machine. If you are a regular, continue with the dumbbell presses on the bench and always come up from one side. The bench/ dumbbell press has at least 3 versions. Pec dec - Do them seated on a machine or use a cable cross over to	- Your pectorals (chest muscles) play a big role in breast feeding, actually in how tired you feel while you feed. The stronger the chest, the happier you feel post the feed, the easier it is to cuddle her in your arms while she suckles away. - A lot of feelings of tiredness and fatigue come from the chest collapsing and the lungs not

Target body part	Exercise name and a special tip	Advantages
exercises.	do your flyes based on how regular you are in the gym.	getting the full scope to breathe and oxygenate the entire system.
Shoulders Toned shoulders help give you that petite appearance and ensures that only the bump shows and the rest of the body looks in great shape. 1 set each with 10-15 reps. Pick any 2 exercises	Overhead presses - Avoid if you have neck pain or a tendency to have swollen feet or BP issues. Side laterals - Sit or stand and use dumbbells, learn the right form. Rev flyes - Only if you have been used to it or the muscles get used while training the back too.	- Toned deltoids (shoulder muscles) sure look good but come to good use when you are carrying around your baby, burping her and carrying around a bag with all her stuff. - Also prevents frozen shoulder in the long run.
Arms These tiny muscles should be trained in proportion to the rest of the body.	Dumbbell curl - Sit or stand while you do it.	- Training the back and chest, uses these muscles. So if you are short on time, skip this.

Target body part	Exercise name and a special tip	Advantages
1 set each with 10-15 reps. Pick any 2 exercises.	Dumbbell extension - Again, avoid if you have neck pain.	- Toned arms make your arms look longer and tauter.

खास सूचना

- वेट ट्रेनिंग आठवड्यातून एकदा किंवा दोनदा करा. दोनदा केले तर लागोपाठ दोन दिवस नकोत.
- १२ सेट्स पेक्षा जास्त करू नका
- व्यायामापूर्वी जेवण झालेले असावे अथवा ताजे फळ खाल्लेले असावे.
- व्यायाम करताना अधून-मधून थोडे थोडे पाणी प्यावे.
- व्यायाम झाल्या झाल्या जिममध्येच घरी जाण्यापूर्वी केळे खा.
- बरे वाटत नसेल किंवा जागरण झाल्यास व्यायाम करू नका.
- दोन 'सेटस्' मध्ये पुरेशी विश्रांती घ्या.
- कुठच्याही व्यायामाआधी 'वॉर्म अप' आणि नंतर 'कुल डाऊन' करणे आवश्यक. स्नायू ताणणेही यात अंतर्भूत करा.

झोपेचे/निद्रेचे महत्त्व

आहार आणि व्यायामाबद्दल चर्चा केली; परंतु याचा परिणाम दिसेल का नाही हे शरीराला दिलेल्या विश्रांतीवर, झीज भरून येण्यावर अवलंबून असते. आहार-व्यायाम द्वयींचा परिणाम म्हणजे 'फॅट' कमी करण्यास चालना, हाडांच्या घनतेत वाढ आणि मन:शांती. गर्भारपण म्हणजे HGH (human growth hormone) इन्स्युलिन आणि थायरॉईडसारख्या ॲनॅबॉलिक (भर घालणारे) हार्मोन्समध्ये होणारी प्रचंड वाढ आणि नंतर वेगाने होणारी घसरण आहे. चांगली झोप या चढ-उतारांना सामोरे जाण्यासाठी शरीराला सक्षम करते. गर्भाची वाढ व्यवस्थित होते.

मनेका गांधी याना बुहतेक झोप आणि हार्मोन्सचे महत्त्व माहिती असावे आणि म्हणून त्यांनी 'मॅटर्निटी बिल' आणले. स्त्रियांना प्रसूतीनंतर सहा महिने हक्काची रजा मिळण्याची व्यवस्था यात आहे. झोपेच्या अभावामुळे तना-मनावर विपरीत परिणाम होतो. त्यासाठी हे तंत्र पाश्चिमात्य देशांमध्ये संभाव्य गुन्हेगारांच्या चौकशीसाठी वापरले जाते किंवा निदान दूरदर्शनवरील मालिकांमध्ये तसे दाखवतात. 'होमलॅंड' मालिकेत मी हे पाहिले. थोडे दिवस जरी रात्रीची झोप नसली तरी भल्याभल्यांचे निश्चय सुद्धा कोलमडून पडतात. मग तो निश्चय योग्य आहार-विहाराचा का असेना!

निद्रा, जीवनातील इतर गोष्टींप्रमाणेच आहार आणि व्यायामावर अवलंबून असते. काही महत्त्वाचे मुद्दे पुढे दिले आहेत.

१) अन्न –

काय बोलू मी याविषयी हेच कळत नाहीये. महाभारतापासून आपल्याला

अन्नाचा झोपेवर कसा परिणाम होतो ते माहितीये. श्रीकृष्णाचा भगवद्गीतेतील महत्त्वाचा संदेश म्हणजे जी व्यक्ती खूप जास्त किंवा खूप कमी खाते अथवा झोपते, ती व्यक्ती योगशिक्षणास पात्र नसते. योग म्हणजे एकरूपता, ती बाळाबरोबर असो वा स्वत:बरोबर. ज्या स्त्रियांना पुरेशी झोप मिळत नाही (किंवा अति झोपतात), त्या स्त्रियांना विवेकाने वागणे, समतोल साधणे कठीण होते.

झोप निवांत येण्यासाठी काय कराल?

- **आहारात लोणी, तूप, नारळ, इतर इसेन्शियल फॅट्स यांचा समावेश – इन्स्युलिन करता.**

  यामुळे अन्नाचा ग्लायसेमीक इन्डेक्स कमी होतो, ब्लड शुगर नियंत्रणात राहाते आणि मुख्य म्हणजे खाल्ल्याचे समाधान वाटते. त्यामुळे कमी खाऊन तृप्ती येते, कॅलरीज कमी घेतल्या जातात आणि पोषकद्रव्ये शरीरास मिळण्यास मदत होते.

- **आहारात डाळी-कडधान्ये वापरणे – लेप्टीन आणि ग्रोथ हार्मोन करता.**

  तुम्ही डाळी-कडधान्ये आमटी, घावन, हलवा, लाडू कुठच्याही स्वरूपात खाऊ शकता. यातील पोषक तत्त्वे-अमायनो ॲसिड्स, खनिजे आहेतच, पण त्याशिवाय लेप्टीनची कार्यक्षमता वाढविण्यासाठी उपयुक्त आहेत. लेप्टीन हे हार्मोन शरीराला 'खाणे कुठे थांबवावे' याची सूचना देते. रात्री-बेरात्री खाण्याची इच्छा होत नाही, शरीराला विश्राम देते आणि उत्सर्जन क्रियांना लगाम घालते. त्यामुळे 'ग्रोथ हार्मोन'चे कार्य व्यवस्थित होऊ लागते. या सर्व गोष्टींचा परिणाम म्हणजे तुम्ही रात्री गाढ झोपू शकता. लघवीसाठी, भूकेसाठी उठावे लागत नाही.

- **रात्री झोपण्यापूर्वी 'काजू-दूध' – थायरॉईडकरता.**

> थोडे काजू २-३ तास दुधात भिजवा. त्याची मिक्सरमधून पेस्ट करा. आणखी थोडे दूध घाला आणि अगदी झोपण्यापूर्वी प्या. एखाद्या औषधासारखे हे दूध झोप येण्यासाठी परिणामकारक ठरते, तेही कुठच्याही साईड-इफेक्टस (विपरीत परिणाम) शिवाय.

अर्थात् दिवसभर योग्य आहार घेत आहात असे मी गृहीत धरते. 'फॅट'

मध्ये विरघळणारी व्हिटॅमिन्स ए, डी, इ आणि के शरीरात सात्म्य होतात. विशेषेकरून व्हिटॅमिन डी इथे महत्त्वाचे, कारण व्हिटॅमिन डी झोपेचे नियमन करते, आईची आणि बाळाची प्रतिकारशक्ती वाढवते. लसीकरणाचे फायदे होण्यासाठी सुद्धा बाळाला व्हिटॅमिन 'डी'ची गरज असते आणि तुमच्या शरीरात ते पुरेसे असले तर बाळाला मिळते.

- **जेवताना, बाळाला स्तनपान करताना मोबाईल, लॅप-टॉप इ. चा वापर न करणे.**

वर सांगितलेल्या तीन गोष्टींचे पालन करून तुम्ही हार्मोन्स चे संतुलन करू शकता, 'फॅट' कमी होण्याचा वेग वाढवू शकता आणि त्वचा-केसांचे आरोग्य राखू शकता. मात्र जेवताना-दूध पाजताना फोन इ. चा वापर याला खीळ घालू शकता. या सर्व 'गॅजेट्स' (टीव्ही, मोबाईल, लॅपटॉप इ.) मधून येणारी प्रकाशकिरणे हार्मोन्स निर्माण करणाऱ्या ग्रंथींच्या कामात अडथळा निर्माण करतात. वैज्ञानिकदृष्ट्या सांगायचे तर, Hypothalamus Pituitary-Adrenal आणि Hypothalamus Pituitary Adrenal Ovaries या परस्परावलंबी ग्रंथींचे काम विस्कळीत होते. त्यामुळे चिडचिड होते, नीट झोप येत नाही आणि शरीर सूजल्यासारखे वाटते. आपण जसे वयाने वाढत जातो, तसे आपण स्वत:बरोबर राहाण्यास शिकायला हवे. आपल्या स्वत्वाची ओळख जाणण्यास हे आवश्यक असते. आपला फोन नक्कीच याच्या आड येतो. तुमचे गर्भारपणातले आणि प्रसूतीनंतर बाळाचे फोटो व्हाट्स ॲप, फेसबुकवर टाकू नका. कारण मग तुम्ही सतत लोकांच्या प्रतिक्रिया पाहाण्यासाठी आतूर होऊन मोबाईलला चिकटून राहाता. ज्या लोकांना तुमच्याबद्दल आणि बाळाबद्दल आस्था असेल, ते लोक प्रत्यक्ष भेटायला येतील. बाकी फोनवरचे 'लाईक्स' हे फक्त दिखाऊ असतात. आयुष्याच्या याच टप्प्यावर आपल्या बाळाचे कौतुक म्हणजे आपले स्वत:चे कौतुक नाहीये हे समजून घ्या. बाळामुळे कुटुंबीयांचे, मित्रमैत्रिणींचे प्रेम मिळत नाही, त्यासाठी तुमचे स्वत:चे आयुष्य जगायला शिका. स्वकर्तृत्वाच्या बळावर प्रेम, कौतुक मिळवा, बिचाऱ्या मुलांवर ती जबाबदारी कशाला टाकायची?

- **रात्री-बेरात्री खाणे :** गर्भारपणात रात्री अधेमधे उठल्यास, तसेच प्रसूतीनंतरच्या काळात लवकर उठल्यास दूध पिणे श्रेयस्कर असते. जसे आवडत असेल तसे प्या. घरी केलेला लाडू सुद्धा खाऊ शकता. त्यात 'इसेन्शियल फॅट्स' असतात. पचनक्रियेवर ताण येत नाही. रात्री विचित्र स्वप्न पडून, घाबरून जाग आली तर थोडासा भात आणि दूध घ्या. कारण असे घाबरून उठणे ॲसिडिटीमुळे होते. कोकम तेल पायाच्या तळव्याना चोळायला विसरू नका. पुढे चौकटीत त्याबद्दल सविस्तर लिहिले आहे.

२) व्यायाम :

हार्मोन्सची गाडी रुळावर आणणारा आणि तणावमुक्त करणारा व्यायाम तुमच्या झोपेसाठीही फार महत्त्वाचा आहे, मात्र त्याचा महिमा म्हणावा तसा आपल्यापर्यंत पोहोचलेला नाही. नियमित व्यायामामुळे बीजांडकोषांचे पोषण होते. स्नायू घट्ट होतात आणि फॅट-चरबीचे चयापचय व्यवस्थित होते. व्यायाम महत्त्वाच्या तीन हार्मोन्सच्या कार्यात समतोल साधतो – इन्स्युलिन, थायरॉईड आणि ग्रोथ हार्मोन. त्यामुळे झोप निवांत लागते आणि उत्साही वाटू लागते. विश्रांतीने ताजेतवाने झालेले शरीर ॲडिपोकाईन्स हार्मोन्सची निर्मिती करते. हे हार्मोन्स ॲंटिइन्फ्लेमेटरी – सूज येऊ न देणारे आहेत. याउलट झोपेअभावी शरीर इन्फ्लेमेटरी ॲडिपोकाईन्स निर्माण करते. ज्यामुळे शरीर सुजल्यासारखे होते, पोट फुगल्यासारखे होते आणि आजार निर्माण होतात. म्हणून गर्भारपणात पायाला, चेहऱ्याला सूज यायला नको असेल, प्रसूतीनंतर पोट सुटायला नको असेल तर व्यायामाला पर्याय नाही. फॅट-चरबीच्या पेशींचे कार्य सुरळीत होण्यासाठी व्यायाम आवश्यक असतो. चाळीस दिवस अर्थात अपवाद आहे. तेव्हा फक्त ॲक्टिव्हिटी-(चलनवलन)! बाळाला घेऊन इकडे-तिकडे करायचे, शरीरास ताण द्यायचा नाही.

३) खोलीचे तापमान आणि कपडे

साधारणपणे स्त्रियांची तक्रार असते की, आपला जाडा हार्मोन इन्स्युलेटेड नवरा (हार्मोन्सची उलथापालथ पुरुषांमध्ये नसते) बेडरुम (शयनगृह) चे रूपांतर थंडगार छळछावणीत करून टाकतो. मात्र गर्भारपणात फासे उलटे पडू लागतात. गर्भारपणात शरीरातील गर्मी वाढते म्हणून एसीचा रिमोट आता स्वत:च्या हातात

ठेवा. एसी, पंखा, खिडक्यांचा वापर जे आवडेल ते निवडा, पण घामाघूम होऊन रात्री उठू नका. नवऱ्याने तक्रार केली तर त्याला बेडरुमबाहेर काढा किंवा दोन-तीन पांघरुणे घेऊन झोपायला सांगा. तुमच्यासाठी निवांत, गाढ झोप महत्त्वाची ज्यामुळे अँटिइन्फ्लेमेटरी अॅडिपोकाईन्स निर्माण होतील.

४) कपडे

मोकळे-ढाकळे कपडे घाला. झोपताना कमीतकमी कपडे घालून झोपा. तापमान नियमन होईल आणि योनिमार्गातील बुरशी संसर्ग तसेच इतर जंतूसंसर्ग दूर होतील. उपयुक्त बॅक्टेरियांची वाढ होईल. आतड्यातील उपयुक्त बॅक्टेरिया झोपेसाठी उपयुक्त आहेत, 'व्हिटॅमिन डी' च्या शोषणासाठीही मदत करतात आणि व्हिटॅमिन 'डी' च्या शोषणासाठीही मदत करतात आणि व्हिटॅमिन 'डी'सुद्धा झोप येण्यासाठी साहाय्यभूत होते.

४) दुपारची वामकुक्षी आणि रिकव्हरी (पूर्वस्थिती)

रात्रीची झोप गर्भारपणात तसेच बाळंतपणात महत्त्वाची असते. त्याचप्रमाणे दुपारची वामकुक्षीही महत्त्वाची असते. गर्भारपण आणि बाळंतपण म्हणजे हार्मोन्सची उलथापालथ असते आणि त्यांचे कार्य सुरळीत होण्यासाठी आहार-विहार, झोप, जीवनशैली यांचे भान ठेवावे लागते.

> ज्या दिवशी तुम्हाला दिवस गेल्याचे कळेल, त्या दिवसापासून दुपारची वामकुक्षी घ्यायला सुरुवात करा आणि बाळाला जोपर्यंत स्तनपान कराल, तोपर्यंत ही सवय सोडू नका. तासन् तास झोपण्याची गरज नसते, वीस मिनिट झोप पुरेशी होते.

अरब भाषेत एक म्हण आहे. जी व्यक्ती दुपारची वामकुक्षी घेते आणि रात्री जेवल्यावर शतपावली करते, त्या व्यक्तीला डॉक्टरची गरज लागत नाही. शतपावली, भराभरा चालणे नव्हे. विश्रांती आणि चलनवलन यातला समतोल आवश्यक असतो. म्हणून वामकुक्षीला beauty sleep असे म्हटले जाते, जी हार्मोन्सचे नियमन करून त्वचा-केसांचे संरक्षण करते. प्रसूतिपश्चात रोज शरीराला मसाज केल्यामुळेही थकवा जाण्यास मदत होते.

कोकमतेलाचा मसाज

गर्भारपणातील शेवटच्या २-३ महिन्यांमध्ये गाढ, निर्वेध झोप येण्याचे रहस्य म्हणजे पायाच्या तळव्यांना कोकम तेल चोळणे. तुम्ही महाराष्ट्रात राहात असाल तर कुठच्याही मालवणी जत्रेत हे तेल तीस-चाळीस रुपयांमध्ये मिळेल. महाराष्ट्राबाहेर असाल तरी काळजी करू नका, पुढच्या गोवा ट्रीपमध्ये घ्या. हे पुस्तक बाजारात आल्यावर हे तेल ऑनलाईनही उपलब्ध होईल. या साध्या-सोप्या उपाय-योजनांचे आपल्याकडे मार्केटिंग होत नाही. या कोकम बटरला चांगले वेष्टण नसते, म्हणून तरुणवर्ग आकर्षित होत नाही. फार्मर मार्केटमध्ये सुद्धा हे आढळत नाही, पण गमतीची गोष्ट म्हणजे ब्रोकोली, अॅव्होकॅडो, केल तुम्हाला तेथे सापडते. आता भारतही अर्थकारणात प्रगती करत आहे त्यामुळे आपण या स्थानिक उत्पादनांवर भर दिला पाहिजे आणि तुम्ही जर तुमच्या बाळाला कोकम तेलाची ओळख गर्भावस्थेतच करून दिली आहे आणि त्यामुळे मोठा झाल्यावर चीनला गेल्यावर त्याला ते नव्याने कळणार नाही. (तुमचे अपत्य मोठे होईल, ट्रीपला जाऊ लागेल तेव्हा लंडन, पॅरिसचा भाव कमी होईल.)

कोकमतेल तळपायाला चोळले की वातदोष कमी होतो. (गॅस, पोट जड होणे, अशांत झोप, अॅसिडिटी इ.) संकोची स्वभाव असेल तर एकटे असताना हे तेल चोळा कारण लगेच ढेकर येईल किंवा पादाल. कोकम तेल नसल्यास तूप/खोबरेल तेल वापरा. नंतर झोपा, इकडे-तिकडे फिरू नका नाहीतर घसरून पडाल. उठल्यावर चालण्यात धोका नाही. कारण तोपर्यंत ते शरीरात मुरेल. पायांना मसाज आवडत नसेल तर नाकात औषधी तुपाचे थेंब टाका (गोशाळांमध्ये उपलब्ध) झोप येण्यासाठी किती छान उपाय आहे हा?

प्राचीन संस्कृती डॉक्टर/औषधे टाळून जीवनशैलीत बदल सुचविते, तर आधुनिक जगात सगळा पैशांचा खेळ चालतो. आपल्याला गिऱ्हाईक बनविण्याकडे कल असतो. एखादे सफरचंद रोज खाऊन डॉक्टर लांब राहील असे उपदेश केले जातात. म्हणून जीवनशैलीत बदल करा, तुम्हाला त्याचे फायदे जरूर मिळतील.

उपसंहार

तैमूरच्या जन्मानंतर जेव्हा सैफ करिनाला भेटला तेव्हा म्हणाला, "हा आपल्या आयुष्यातील अविस्मरणीय असा क्षण आहे." असं जरी असलं तरी असे क्षण येतात-जातात आणि आयुष्य पुढे सरकत असते. मी नसले की तो रडायला लागतो सारखे याला घेऊन फिरायला हवं! अरे आज पोटात गडबड वाटतेय याच्या! आज झोप का येत नाही, सोन्याला? वगैरे वगैरे. मूल आयुष्यात आलं की अक्षरशः त्या क्षणापासून आपले आयुष्य बदलते. आपले प्राधान्यक्रम बदलतात आणि हो, आपली waistline (कंबर) बदलते. हे पुस्तक तुमची waistline कमी करण्यासाठी साहाय्यभूत ठरेल अशी मी आशा करते.

Waistline सारखीच आणखी एक 'रेषा' आहे. ही रेषा इतकी धूसर असते की आपण ती नेहमी ओलांडतो पण आपल्या लक्षात सुद्धा येत नाही. ही रेषा असते प्रेम आणि मोह यामधली. प्रेमामुळे आपण सतत काळजीत राहतो. चिकीत्सक नजरेने जगाकडे पाहू लागतो. सगळे जग आपल्या विरोधात असल्यासारखे वाटू लागते. डॉक्टरपासून टेलरपर्यंत सगळे जण आपल्यातल्या उणीवा दाखवू लागतात. तुला पुरेसे दूध येत नाही, तू बाळाचे संगोपन नीट करत नाहीस इ. थोडक्यात– तू आदर्श माता नाहीस. माझे सगळे क्लाएन्टस् ही तक्रार या ना त्या रूपाने करत असतात तरीसुद्धा मूल झाल्याचे समाधान काही औरच असते. आपण हिंदू, मुस्लीम, गरीब-श्रीमंत काहीही असलो तरी एक शंका कायम सतावते – माझे मूल पुरेसे खातेय का? माझ्यापेक्षा उंच, लठ्ठ होईल का? दूध पाजायचे थांबवले की काय खायला देऊ? भाताची पेज? नाचणी सत्व? सातूचे पीठ? दूध कुठचे देऊ? एक ना अनेक?

आणि मग शाळा? कधी डबा संपवत नाही. बाकीच्यांसमोर खाईल पण माझ्यापुढे सगळी नाटकं चालतात. व्हिडिओ दाखव तर खाईन अशी धमकावणी! बाहेर खाल्ले की तब्येत बिघडते. तिखट खाऊ शकत नाही. साखर देऊ का नको? मुलगी वयात यायला लागली की तिला पुरेसे आयर्न कसे मिळेल?

मुलांच्या पोषक आहाराविषयीचे प्रश्न न संपणारे आहेत आणि त्याविषयीच्या चर्चा चालूच राहतात. म्हणून या पुस्तकात मुलांच्या खाण्या-पिण्याविषयी मी अवाक्षर सुद्धा लिहिले नाही. फक्त आईला मध्यवर्ती ठेवून सर्व लिखाण केले आहे. पुस्तकाचे ध्येय आईला आयुष्यातील सर्वोत्तम बांधा मिळावा हे आहे, कारण आई होणं जितकं आनंददायी तितकं ते तणावपूर्ण असतं. पूर्णवेळ आई, चिरंतन आई, जन्मजन्मांतरीची आई.

करिना हे स्फूर्तिस्थान असले तरी लिहिण्याला निमित्त झाले तैमूरचे. त्याच्या आगमनाच्या वार्तेसोबत माझा मुलांच्या आहारविषयी लिहिण्याचा बेत फसफसला. अर्थात गुणी मावशी आहे मी. मला खूप बरं वाटलं, आनंद झाला. पण त्याच्या आगमनाच्या वार्तेमुळेच मी खास गर्भारपणासाठी पुस्तक लिहिले. आता मात्र मी परत मुलांच्या पुस्तकाकडे वळेन. या पुस्तकात त्यांच्या पोषणाविषयी माहिती असेल. आहारविषयक गैरसमजूतींपासून मुले आणि पर्यायाने त्यांची मुले लांब राहतील आणि त्यांना आपण अधिक चांगले जग दाखवू शकू.

मुलांसाठी पुस्तक लिहिण्याचे खूप मनात आहे, ते लिहीनच. आशा आहे हे पुस्तक तुम्हाला उपयोगी पडेल. लवकरच भेटेन नवे पुस्तक घेऊन. तोवर बाय, बाय!

—ऋजुता दिवेकर